TƯ DUY MỞ

AF901010

TƯ DUY MỞ

NGUYỄN ANH DŨNG

TƯ DUY MỞ

SBOOKS
THỨC TỈNH MỤC ĐÍCH SỐNG CỦA BẠN
NHÀ XUẤT BẢN DÂN TRÍ

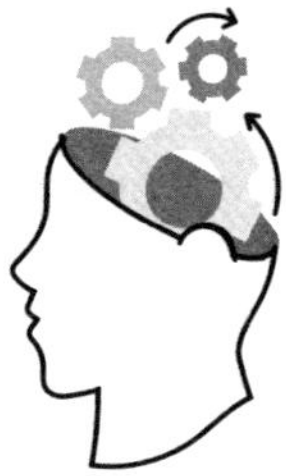

Mục lục

PHẦN II
BẠN - THAY ĐỔI HAY LÀ CHẾT

PHẦN III
BẠN - PHIÊN BẢN HOÀN HẢO CỦA CHÍNH MÌNH

PHẦN IV
BẠN - MỌI THỨ TRONG TẦM TAY

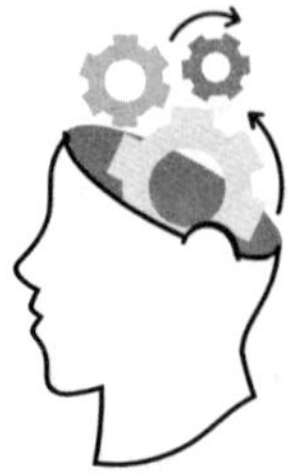

Lời nói đầu

Có câu chuyện kể rằng, một thanh niên nọ cho là mình giỏi hơn người khác và luôn tỏ vẻ kiêu căng, ngạo mạn với đời. Nhưng thời gian trôi đi, anh ta vẫn giậm chân tại chỗ, sự nghiệp không hề thăng tiến, chuyện tình cảm thì không đâu vào đâu. Rồi đến một lúc, anh ta cảm thấy bản thân không thể mãi như vậy và cần phải làm gì đó. Vậy là anh ta tới gặp người thầy của mình và hỏi:

"Thưa thầy, vì sao kiến thức, kỹ năng của con rất tốt, nhưng con vẫn mãi giậm chân tại chỗ?"

Người thầy đang rót trà im lặng không nói gì. Một lúc sau cốc trà đầy, người thầy vẫn rót, anh ta hốt hoảng nói với thầy: "Nước trà tràn rồi ạ, thầy đừng rót nữa ạ".

Người thầy lặng lẽ dừng lại rồi bảo anh ta: "Con thực ra giống như cốc trà đầy này, vì trong lòng chứa quá nhiều sự tự phụ và nghĩ rằng kiến thức mà mình có là rất nhiều rồi, cho nên không thu nạp bất cứ kiến thức khác nào vào cả. Chính vì thế mà con không thể nào thăng tiến được".

Người học trò vỡ òa, rối rít cảm ơn thầy rồi ra về.

Câu chuyện đó dạy chúng ta rằng, nếu không có tinh thần sẵn sàng học hỏi, đón nhận cái mới thì chúng ta sẽ mãi mãi thụt lùi, thậm chí không thể tiến xa trên con đường sự nghiệp. Hay nói cách khác, chúng ta cần có một tư duy mở, để sẵn sàng khác biệt và lập kỳ tích trong cuộc sống.

Nhưng làm thế nào để có được tư duy mở?

Và tư duy mở góp phần vào cuộc sống của chúng ta thế nào?

Khi bạn đặt ra những câu hỏi đó thì cuốn sách này sinh ra để dành cho bạn.

Cuốn sách được biên soạn dựa trên sự học tập và nghiên cứu tài liệu trong và ngoài nước cũng như từ những trải nghiệm của bản thân tác giả sẽ mang lại cho bạn những giá trị hữu ích của tư duy mở, giúp bạn tự tin chinh phục ước mơ, sẵn sàng đón nhận mọi chướng ngại và luôn nở nụ cười hạnh phúc.

PHẦN I

Bạn là người thế nào?

01

Thế nào là tư duy đóng, tư duy mở? Bạn đang tư duy như thế nào?

Con người đang sống trong thời đại công nghệ, khi mọi thứ thay đổi chóng mặt, điều đó đòi hỏi chúng ta phải linh hoạt trong cách tư duy để bắt kịp xu hướng toàn cầu. Hay nói cách khác, chúng ta cần có một tư duy mở để đón nhận và khai phá kiến thức mới, bởi nếu chúng ta cứ khăng khăng giữ định kiến của mình thì sự phát triển sẽ đi vào ngõ cụt. Vậy làm thế nào để biết được chúng ta đang có loại tư duy nào, đóng hay mở? Và làm thế nào chúng ta nhận ra chúng?

Đã có rất nhiều định nghĩa về một khái niệm định danh nào đó, được các nhà nghiên cứu hoặc những người có kinh nghiệm đúc kết từ xa xưa. Tư duy đóng, tư duy mở là một trong những khái niệm như vậy.

Theo một số nguồn đáng tin cậy, mà chỉ cần một cú click chuột, bạn có thể thấy được đáp án về hai loại tư duy này như sau:

Tư duy đóng (fixed mindset) là tin trí thông minh có sẵn nên có khuynh hướng tránh né thử thách, từ bỏ dễ dàng khi gặp khó khăn, xem việc nỗ lực là vô ích, xem thường những lời phản biện mặc dù có ích cho công việc, cảm thấy bị đe dọa với thành công của người khác. Tư duy đóng còn là dạng tư duy một mực giữ nguyên quan điểm cá nhân và ít khi chấp nhận quan điểm của người khác. Cho dù thông tin có được thay đổi đi chăng nữa, với họ những gì họ biết mãi bất biến.

Trái với tư duy đóng, **tư duy mở (growth mindset)** là tin trí thông minh có thể phát triển, khuynh hướng của loại tư duy này là chấp nhận thử thách, nếu thất bại sẽ xem như một bài học, xem nỗ lực là con đường dẫn đến thành công, học hỏi từ những phê phán, học hỏi và lấy cảm hứng từ thành công của người khác. Vì vậy, khi bạn có tư duy mở, bạn sẽ thấy sự nỗ lực là cần thiết và phần thưởng là kiến thức (chứ không phải vì điểm số hay để qua môn).

Tư duy mở là tư tưởng tích cực, sẵn sàng tiếp thu những ý tưởng, lập luận và thông tin theo nhiều hướng, có thể khác biệt hoặc mâu thuẫn với quan điểm vốn có của bạn. Khi sở hữu khả năng này, bạn sẽ có cái nhìn đa chiều, từ đó dễ dàng nắm bắt vấn đề cũng như đưa ra những giải pháp hiệu quả. Có được tư duy mở, bạn sẽ mở ra một cánh cửa mới, bước ra khỏi vùng an toàn của bản thân và tạo ra những điều tuyệt vời nhất.

Nhưng không phải lúc nào chúng ta cũng có thể phân biệt được đâu là tư duy đóng, đâu là tư duy mở. Để hiểu rõ hai loại tư duy này, các bạn có thể đọc câu chuyện sau:

> Một chàng trai mù đến chơi nhà một người thân, vì lúc anh ta ra về trời đã tối nên người họ hàng tốt bụng thắp cho anh một chiếc đèn lồng để đi đường cho tiện. Người họ hàng nói: "Khuya rồi, đường tối, cháu cầm theo cái đèn lồng đi cho đỡ tối!"
>
> Chàng trai mù nói: "Chú rõ ràng biết cháu mù, còn đưa cho cháu đèn lồng, chú đang trêu cháu đúng không?"
>
> Người họ hàng nói: "Cháu tư duy như thế là rất hạn hẹp. Đường không chỉ có mình cháu đi, còn có nhiều người qua lại, cháu cầm đèn lồng, người khác nhìn thấy cháu, vậy thì họ sẽ không đụng phải cháu".

Chàng trai mù nghe xong gật gù công nhận.

Qua câu chuyện này, chúng ta có thể thấy rằng: Tư duy đóng là tư duy theo quan điểm cá nhân, tư duy tổng thể là khi bạn đặt mình vào một môi trường, hoàn cảnh tổng thể để suy nghĩ. Khi tư duy một cách đa chiều, bạn sẽ thấy mọi vấn đề đều có các khía cạnh khác.

Cụ thể hơn, người có tư duy mở tin rằng chỉ cần họ nỗ lực, thay đổi là có thể tiến bộ hơn. Họ sẽ vui vẻ chấp nhận thử thách, xem thử thách như cơ hội để học hỏi được những điều hay cái mới. Khi đối mặt với khó khăn hay không thành công, người có tư duy mở thường có thái độ: "Cách này không hiệu quả, vậy mình thử cách khác". Đối với họ, thất bại chỉ là bài học giúp họ hoàn hảo hơn trên con đường khẳng định bản thân và phát triển sự nghiệp.

Trái ngược với tư duy mở là tư duy đóng. Những người có kiểu tư duy này thường khá bảo thủ, chỉ muốn xem xét mọi vấn đề dựa trên quan điểm của họ mà không chấp nhận tiếp thu các tư tưởng, lối suy nghĩ khác. Điều này có thể làm cho họ khó khăn khi phải đối mặt thử thách hay những điều có vẻ như là to lớn quá, bản thân họ không tự xử lý được khiến họ cảm thấy mất hy vọng. Bạn còn nhớ câu chuyện thầy bói xem voi chứ? Mỗi thầy đứng ở một góc của mình, sờ vào một bộ phận của con voi và cho rằng con voi giống như bộ phận mà mình chạm vào được, và không biết rằng đó mới chỉ là một phần của con voi. Nhưng không thầy bói nào chịu thua thầy bói nào. Tư duy đóng có thể hiểu là vậy, một chiều và đầy định kiến.

Khi so sánh hai kiểu người có hai kiểu tư duy, bạn sẽ rất dễ dàng phân biệt. Một người có tư tưởng cởi mở không chỉ sẵn sàng xem xét quan điểm trái chiều mà còn luôn dành cho người khác cơ hội để bày tỏ quan điểm, lập luận riêng một cách tôn trọng ngay cả khi họ không đồng thuận với ý kiến đó. Một người thì luôn cho mình đúng và không chấp nhận ý kiến trái chiều.

Tuy vậy, ngay khi bạn cho rằng mình có tư duy khá mở thì cũng sẽ có một vài đề tài nào đó bạn hơi khắt khe, ví dụ khi bàn luận về những vấn đề xã hội bạn quan tâm hay yêu thích. Chẳng hạn như khi chúng tôi ngồi nói chuyện với nhau về món ăn, đứa nào cũng khăng khăng món ăn quê mình là ngon nhất, đó mới chính là ẩm thực đích thực... Tôi tin rằng, một lúc nào đó bạn cũng sẽ như vậy, để cảm xúc và kinh nghiệm cá nhân chi phối ý kiến, quan điểm của mình.

Từ đó, có thể thấy rõ lợi ích mà tư duy mở mang lại cho chúng ta trên con đường học tập và phát triển sự nghiệp, cũng như giữ gìn hạnh phúc gia đình. Có thể kể đến các lợi ích như:

- *Mang đến cái nhìn sâu sắc hơn về cuộc sống.* Một người có tư duy mở sẽ không ngừng tiếp thu những kiến thức, ý tưởng mới. Qua đó, nâng cao hiểu biết về con người và thế giới xung quanh, cũng như hoàn thiện bản thân hơn.

- *Có cơ hội trải nghiệm nhiều điều mới mẻ.* Khi sẵn sàng đón nhận mọi thứ với tâm thế cởi mở, bạn sẽ có nhiều cơ hội trải nghiệm những điều mới, vượt qua giới hạn của bản thân, có cuộc sống nhiều màu sắc hơn.

- *Phát triển bản thân.* Giữ tâm trí cởi mở giúp bạn không ngừng học hỏi, phát triển bản thân mà không quá bận tâm tới những vấn đề khác.

- *Mạnh mẽ về mặt tinh thần.* Luôn cởi mở và sẵn sàng đón nhận những điều mới mẻ có thể giúp bạn trở nên mạnh mẽ, sôi nổi hơn.

- *Lạc quan hơn trong cuộc sống.* Người cởi mở thường ít có suy nghĩ tiêu cực, bởi họ luôn không ngừng tìm hiểu để giải quyết vấn đề mình đang gặp phải thay vì tự kìm hãm bản thân.

Vậy làm thế nào để nhận biết được những người có tư duy mở?

Những người có tư duy cởi mở thường có những đặc điểm sau đây:

- Họ tò mò muốn nghe cách người khác suy nghĩ.
- Họ có khả năng thách thức những quan niệm của chính họ.
- Họ không tức giận khi họ sai.
- Họ có sự đồng cảm với người khác.
- Họ tư duy về những gì người khác đang nghĩ.
- Họ khiêm tốn về kiến thức và chuyên môn của bản thân.
- Họ muốn lắng nghe những gì người khác nói.
- Họ tin rằng ai cũng có quyền chia sẻ niềm tin và suy nghĩ của họ.

Những yếu tố hình thành tư duy mở của một người:

- *Tính cách:* Sự cởi mở với những điều mới là một trong 5 yếu tố của tính cách con người (4 yếu tố còn lại gồm: hòa đồng, tự chủ, bình ổn cảm xúc, hướng ngoại). Nét tính cách này thường có nhiều điểm giống với tư duy mở, ví dụ: sẵn sàng xem xét những ý tưởng, trải nghiệm mới và luôn tự kiểm điểm bản thân.

- *Chuyên môn:* Các nghiên cứu chỉ ra rằng, một người khi trở thành chuyên gia ở lĩnh vực nào đó thường ít cởi mở hơn. Họ có xu hướng "*đóng khung*" suy nghĩ của bản thân và cho rằng mình có nhiều kiến thức và kinh nghiệm ở lĩnh vực đó hơn. Do đó, họ thường ít chịu tiếp thu ý kiến của người khác.
- *Thoải mái với sự mơ hồ:* Khi đối mặt với những bấp bênh và mơ hồ trong cuộc sống, con người thường có nhiều cấp độ thoải mái khác nhau. Người không thoải mái với sự mơ hồ sẽ thường ít cởi mở hơn bởi vì sự không chắc chắn khiến họ có xu hướng khó chịu, thậm chí căng thẳng. Vậy nên, họ sẽ duy trì niềm tin, chối bỏ những ý tưởng khác để duy trì sự đơn giản, an toàn.

Một số đặc điểm bẩm sinh sẽ quyết định mức độ cởi mở của bạn nhưng bạn cũng có thể rèn luyện tư duy mở. Sở hữu tư duy mở không chỉ giúp bạn có nhiều cơ hội phát triển trong công việc mà còn giúp cuộc sống thêm sắc màu và ý nghĩa hơn. Để làm được điều này, bạn có thể áp dụng những cách sau:

1. Chống lại những định kiến: Bản thân mỗi người đều có định kiến trong các vấn đề nhất định. Đây cũng là một trong những nguyên nhân chính dẫn đến sự bảo thủ, khiến bạn có xu hướng tìm kiếm các thông tin ủng hộ cho suy nghĩ sẵn có của mình cũng như từ chối tiếp thu ý kiến, tư tưởng mới. Muốn thay đổi được điều này không phải dễ dàng. Tuy nhiên, bạn hoàn toàn có thể rèn luyện, điều chỉnh dần bằng cách dành thời gian xem xét vấn đề một cách toàn diện, cân nhắc nhiều hơn về các khía cạnh thách thức tư duy của bản thân. Từ đó, dần học cách chống lại những định kiến, nhằm tiếp thu hiệu quả những tư tưởng mới.

2. Thấu hiểu bản thân: Học cách thấu hiểu bản thân cũng là yếu tố quan trọng giúp bạn rèn luyện tư duy mở hiệu quả hơn. Ở khía cạnh này, bạn cần xác định rõ năng lực, kiến thức ở lĩnh vực mình đang tiếp cận thông qua việc đặt ra những câu hỏi phù hợp. Chẳng hạn như: "Mức độ hiểu biết của bạn về lĩnh vực này là bao nhiêu?", "Nguồn thông tin này có đáng tin cậy không?", "Bạn đã xem xét các khía cạnh khác chưa?", "Liệu có bất kỳ định kiến nào tác động đến suy nghĩ của bạn không?"... Thông qua đó, bạn sẽ xác định rõ hơn nhu cầu mở mang hiểu biết của bản thân, để tiếp cận thông tin mới theo cách cởi mở nhất có thể.

3. Không vội vàng: Thông thường, bản năng của con người sẽ tìm những lý lẽ để chống đối lại điều mình không đồng ý thay vì lắng nghe và xem xét từ nhiều khía cạnh. Những phản ứng nóng vội này chính là biểu hiện rõ ràng nhất của tính bảo thủ, khiến bạn mất đi cơ hội tiếp cận những tư tưởng mới. Do đó, trước bất kỳ vấn đề nào bản thân thấy vướng mắc, hãy dành chút thời gian suy nghĩ, tìm hiểu trước khi phản biện cũng như sẵn sàng chấp nhận những giới hạn của bản thân. Như vậy, bạn mới có thể rèn luyện tư duy mở một cách hiệu quả.

4. Khiêm tốn: Ngay cả khi bạn đang là chuyên gia trong một lĩnh vực nào đó thì bản thân bạn vẫn sẽ có những giới hạn nhất định. Đặc biệt khi một người có niềm tin rằng mình đã nắm được tất cả những gì cần biết thì sẽ ít có nhu cầu tiếp thu những tư tưởng, thông tin mới. Chính vì vậy, rèn luyện sự khiêm tốn sẽ giúp bạn có cơ hội nhận ra những khiếm khuyết của bản thân, tích cực học hỏi những kiến thức và kinh nghiệm từ thế giới xung quanh.

5. Có thái độ linh hoạt: Trong cuộc sống, mỗi cá nhân đều sẽ có thể gặp phải khó khăn hay mọi việc không như ý. Điều bạn cần làm là linh hoạt các cách giải quyết và tiếp tục bước đi thay vì phàn nàn và xuống tinh thần. Hãy coi khó khăn, thất bại đó là một cơ hội để phát triển giúp bạn tiến bộ hơn trong mọi hoàn cảnh.

Đâu là con người bạn muốn trở thành?

Ước mơ hồi bé của bạn là gì? Bạn muốn trở thành phi công, cảnh sát, hay muốn làm thầy giáo, cô giáo? Có lẽ hồi bé ai cũng muốn mình trở thành một hình tượng nào đó, nhưng rồi lớn lên lại quên đi mất. Hoặc lại theo đuổi một hình tượng khác và nghĩ hợp với mình hơn. Khi đó, xảy ra hai trường hợp: Không biết liệu bản thân có bình thường hay không, hoặc sẽ làm theo một ai đó mà bạn nghĩ rằng bản thân mình cũng giống thế.

Dưới đây là cách để bạn có thể thay đổi bản thân mà không cần gượng ép.

Đánh giá tình trạng hiện tại

Trước hết, chúng ta bắt đầu bằng cách xác định mình là ai - không phải là người mà chúng ta muốn trở thành - mà là chính con người ở hiện tại: thói quen, sở thích, ưu điểm, nhược điểm, nơi nào hay thường xuyên lui tới, tính cách, sức khỏe, bạn bè, gia đình, công việc, thu nhập, tình hình tài chính...

Hãy lấy một mảnh giấy và viết tất cả những điều này xuống, chi tiết từng khía cạnh. Đây chính là hồ sơ của bạn. Đây chính là bạn. Bạn không cần phải trình bày điều này với bất kỳ ai. Chỉ cần viết lên các trang giấy và kết quả sẽ khiến bạn ngạc nhiên!

Chúng ta thường nhìn nhận bản thân mình tốt hơn hoặc xấu hơn so với thực tế. Thông qua bài tập này, bạn sẽ hiểu được bản thân mình theo góc nhìn của người thứ ba mà không thiên vị. Hãy dành khoảng 2-3 ngày để làm việc này. Bạn chỉ cần động não và viết ra bất cứ điều gì xuất hiện trong tâm trí.

Sáng tạo cá nhân

Bây giờ, hãy sắp xếp những gì bạn đã viết thành các phần. Viết những phần này xuống một tờ giấy trắng khác và để nó qua một bên. Hãy suy nghĩ sâu sắc về người mà bạn muốn trở thành. Bài tập đầu tiên là phân tích, còn bài tập này là sáng tạo. Đừng viết ra những điều bạn muốn đạt được như thức dậy lúc 5 giờ sáng hoặc tập thể dục hàng ngày. Không, đó không phải là điều bạn cần phải làm, đó chỉ là những hoạt động. Khi bạn tập trung vào các hoạt động, bạn sẽ giới hạn bản thân theo nhiều cách khác. Để thay đổi vĩnh viễn, bạn cần phải thay đổi chính con người bạn.

Ví dụ: Bạn muốn trở thành một doanh nhân thành đạt. Mọi người thường làm gì? Họ tham gia các lớp học, thử một số ý tưởng, kết nối với những người cùng chí hướng, v.v... Không nghi ngờ gì, tất cả những điều này đều tốt nhưng vẫn chỉ là hành động.

Hãy quay trở lại với bài tập. Lúc này, bạn đã có một hồ sơ rõ ràng và chi tiết về người mà bạn muốn trở thành. Càng áp dụng nhiều đặc điểm của người đó thì càng tốt cho bạn. Hãy là người mà bạn muốn trở thành. Các hành động sẽ là sản phẩm phụ của việc chuyển đổi: bạn sẽ tự động thức dậy lúc 5 giờ sáng, bạn sẽ thích dậy sớm và rất khó để ngủ dậy muộn, bởi vì đó không phải là bạn nữa.

Thay đổi tư duy, hành động và cảm xúc theo cách mà bạn muốn

Có thể bạn đang gặp khó khăn, hoặc đang gặp những chuyện không ai ngờ đến, hoặc đã rất nỗ lực nhưng vẫn gặp nhiều thất bại. Điều đó có phải do bạn thiếu may mắn không? Chắc chắn, nhưng bạn có biết may mắn chỉ đến khi bạn thật sự nỗ lực, nỗ lực này phải là nỗ lực đúng, nghĩa là nỗ lực có tư duy.

Đừng đi theo lối mòn, hãy thay đổi cách thức tiếp cận vấn đề để vượt qua khó khăn. Và muốn như vậy, bạn cần học hỏi mỗi ngày.

Helen Keller từng nói: "Con người không thích suy nghĩ. Bởi nếu suy nghĩ, họ phải đưa ra kết luận. Mà kết luận không phải lúc nào cũng dễ chấp nhận".

Nhưng James Allen cũng nói: "Luật thu hoạch là gặt hái nhiều hơn gieo hạt. Gieo một hành động và bạn gặt một thói quen. Gieo một thói quen và bạn gặt tính cách. Gieo một tính cách và bạn gặt vận mệnh".

Dưới đây là 7 cách tư duy giúp bạn thay đổi cuộc đời, chỉ cần bạn sẵn sàng hành động.

Nghĩ lớn và bắt tay làm từ nhiều nhỏ nhất

Bạn muốn xây dựng một công ty lớn, kiếm cả triệu đô, hay thay đổi cuộc sống của mọi người, đóng góp cho thế giới? Đừng bao giờ để bất kỳ điều gì giới hạn suy nghĩ của bạn. Bởi vì, bạn chưa có gì trong tay nên đừng ngại hoài bão.

Hãy bắt tay vào hành động ngay từ những điều nhỏ nhất một cách cẩn trọng để thực hiện hoài bão của mình. Mọi thành quả bạn có được sẽ tích lũy dần và bồi đắp cho mục tiêu to lớn. Nhưng khi bạn không dám đặt mục tiêu lớn, không dám hoài bão, kết quả bạn nhận được luôn là tầm thường.

Xây dựng mối quan hệ trên nền tảng vững chắc

Nhiều người cố chịu đựng những mối quan hệ tồi tệ bởi các lý do: tiền bạc, sợ cô đơn, cần sự chú ý. Nếu nhận thấy đó là mối quan hệ độc hại và không thể cải thiện dù bạn đã cố gắng nhiều lần thì đã đến lúc bạn nên thay đổi.

Nền tảng của các mối quan hệ nên dựa trên tình yêu, sự tôn trọng, sự hỗ trợ, tin tưởng, kiên nhẫn, chia sẻ cả tiếng cười và nỗi buồn.

Hãy nhớ rằng không có gì là miễn phí

Cho dù xoay xở theo cách nào, bạn vẫn luôn phải đánh đổi thời gian, tiền bạc hoặc tài nguyên khác cho những thứ bạn muốn có. Cuộc sống cũng giống như kinh doanh. Những người thông minh sử dụng nguồn lực của họ một cách khôn ngoan và không bao giờ lãng phí tài nguyên.

Đừng sợ đưa ra quyết định

Bạn có thể nghĩ rằng việc không đưa ra quyết định sẽ không gây hại gì, nhưng đó là sai lầm. Điều tồi tệ nhất khi không đưa ra quyết định là bạn sẽ chẳng thể "nhúc nhích".

Chờ đợi, trì hoãn, nghi ngờ, suy nghĩ quá nhiều... tất cả đều không đem lại lợi ích gì. Hãy chắc chắn khi lựa chọn quyết định và hành động, khi bạn đưa ra quyết định sai, hãy thẳng thắn thừa nhận và làm lại từ đầu.

Muốn tự tin hơn, trước tiên hãy cải thiện kỹ năng của bạn

Nếu bạn không tin vào chính mình thì đừng cố gắng tìm kiếm niềm tin cho bản thân trong các bài báo, cuốn sách hay video phát triển bản thân. Bạn chỉ có thể cải thiện sự tự tin của mình bằng cách trở nên giỏi hơn về một lĩnh vực nào đó. Và cách duy nhất giúp bạn là học, thực hành và nhìn nhận những kết quả đạt được. Việc đó có thể diễn ra trong khoảng thời gian dài và sự tự tin của bạn sẽ tăng dần lên mỗi ngày.

Đừng tin tất cả những điều bạn thấy

Chúng ta sống trong thế giới mà mọi người đều muốn bản thân là người nổi bật nhất. Ai cũng muốn nổi tiếng và xuất hiện trước đám đông một cách hoàn hảo. Vì vậy, đừng hoàn toàn tin vào những câu chuyện thành công mà bạn đang nghe thấy, đọc được trên các phương tiện truyền thông. Những YouTuber nổi tiếng, người mẫu trên Instagram, doanh nhân bạc tỷ đều có vẻ hoàn hảo. Nhưng đó chỉ là vẻ bề ngoài mà họ muốn thể hiện cho bạn thấy.

Đừng quá đa nghi, cũng đừng để vẻ hào nhoáng bên ngoài đánh lừa bạn.

Bạn là người quyết định niềm vui của chính bạn

Bạn chính là người kiểm soát suy nghĩ của bản thân. Điều đó nghĩa rằng bạn là người quyết định cuộc sống của mình sẽ diễn ra như thế nào. Nếu bạn cảm thấy chán nản, buồn bã, thất vọng, thì tất cả cũng đều do bạn.

Nhiều người luôn nghĩ rằng họ sẽ hạnh phúc khi giàu có, sở hữu nhà lầu xe sang. Nhưng họ đã sai. Cuộc sống có hạnh phúc hay không bắt nguồn từ chính cách tư duy và hành động của mỗi người. Khi cải thiện được cách suy nghĩ, dù không có nhà cao cửa rộng, bạn cũng sẽ hạnh phúc.

Bạn thông minh hơn bạn nghĩ nhiều

Cá bơi dưới nước, khỉ leo trên cây.

Mỗi người có một khả năng khác nhau, cá không leo cây được, khỉ không bơi được, không có nghĩa là cá ngu dốt, khỉ kém cỏi... mà vì không phải ai cũng có thể biết hết mọi thứ.

"Tất cả mọi người đều là thiên tài. Nhưng nếu bạn đánh giá một con cá qua khả năng leo cây của nó, thì con cá sẽ sống cả đời mà tin rằng nó ngu ngốc".

Bạn hãy tin như vậy đi, vì đó chắc chắn là sự thật.

Bạn bè tôi, những người 10 điểm ngày xưa, giờ kiếm tiền không bằng những bạn học sinh cá biệt. Vì sao? Vì kinh doanh thực sự là một lĩnh vực không do điểm 10 quyết định.

Chính vì thế, có một điều mới mẻ dành cho bạn là những thông tin về trí thông minh chúng tôi tổng hợp được từ các nguồn uy tín:

Giáo sư Howard Gardner đến từ Đại học Harvard là người đầu tiên đưa ra học thuyết Đa trí thông minh (Multiple Intelligences) trong cuốn sách nổi tiếng của mình: *Frames of Mind* (1983). Ông cảm thấy bất bình khi tất cả mọi người đều đánh giá quá cao trí thông minh logic - IQ. Họ tin rằng một người sẽ đạt được mức độ phát triển cao nhất của tư duy khi sở hữu chỉ số IQ cao và có thể trở thành một nhà khoa học. Điều này thực sự giới hạn khả năng của một số người bởi họ không khớp với tiêu chuẩn thành công này. Bên cạnh đó, Gardner cảm thấy ngạc nhiên khi các yếu tố liên quan tới nghệ thuật hoàn toàn bị bỏ qua và xem nhẹ. Ông cũng nhận thấy người sở hữu chỉ số IQ cao được cho là "thông minh" (intelligent), còn những người có tài năng nghệ thuật hay các tài năng khác lại được coi là "có năng khiếu" (talent).

Không hài lòng với sự phân biệt trên, Gardner đã nghiên cứu và phát triển học thuyết của mình, từ đó đưa ra các loại hình trí thông minh khác nhau. Ông cho rằng các trí thông minh không hoạt động độc lập mà có sự kết hợp, và tất cả chúng ta đều có ưu thế ở không chỉ một mà là một vài loại trí thông minh nhất định. Gardner cũng nhấn mạnh các yếu tố như di truyền, môi trường và văn hóa sẽ quyết định cách thức mà các loại trí thông minh này kết hợp với nhau, cũng như cách phát triển các trí thông minh tới mức độ cao nhất. Sau này, học thuyết của Gardner tiếp tục được nghiên cứu thêm và mở rộng, cho tới nay đã có tổng cộng 9 loại trí thông minh. 9 loại thông minh đó được ông nêu ra cụ thể như sau:

Trí thông minh Ngôn ngữ (Linguistic Intelligence - Word Smart)

- Đặc điểm: Đây là khả năng suy nghĩ bằng từ vựng và sử dụng ngôn ngữ (nói hoặc viết) một cách đa dạng, linh hoạt để bày tỏ, biểu lộ các ý tưởng, thông điệp với ý nghĩa phức tạp.
- Có thế mạnh về: Đọc; Viết; Kể chuyện; Ghi nhớ; Suy nghĩ bằng ngôn từ; Chơi chữ.
- Học tập tốt nhất qua việc Đọc, Nghe giảng và Nhìn từ ngữ, Nói, Viết, Thảo luận và Phản biện.
- Một số nghề nghiệp điển hình sử dụng trí thông minh này: Biên tập viên; Phiên dịch

viên; Nhà diễn thuyết; Chính trị gia; Giảng viên/Giáo viên; Nhà báo; Phóng viên; Nhà văn/Nhà thơ; Diễn viên; Nhà sử học...

Trí thông minh Logic - Toán học (Logical-Mathematical Intelligence - Number/ Reasoning Smart)

- Đặc điểm: Bạn cảm thấy mình bị hấp dẫn bởi các vấn đề toán học, hoặc các trò chơi chiến thuật hay các thí nghiệm? Nếu vậy thì có thể bạn sở hữu trí thông minh logic - toán học - khả năng thực hiện các phép tính toán, ước lượng, cân nhắc các khả năng và giả thuyết, cũng như tư duy logic. Đây cũng là trí thông minh gắn liền với cách nhìn nhận truyền thống về IQ nói chung, thường xuất hiện trong các ngành nghề được xã hội tôn trọng như: nhà khoa học, nhà nghiên cứu, giáo sư, bác sĩ, luật sư, dược sĩ...
- Có thế mạnh về: Toán học; Tư duy logic; Lập luận; Giải quyết vấn đề; Nghiên cứu; Thí nghiệm.
- Học tập tốt nhất khi nhận diện các khuôn mẫu và mối quan hệ, mối liên hệ, phân loại

và tổ chức thông tin, làm việc với các vấn đề trừu tượng.

- Một số nghề nghiệp điển hình sử dụng trí thông minh này: Kế toán/Kiểm toán viên; Nhà phân tích hệ thống; Lập trình viên; Nhà kinh tế học; Kỹ sư; Luật sư; Nhà toán học; Dược sĩ; Nhà vật lý học; Bác sĩ; Nhà nghiên cứu; Nhà thống kê, Thám tử...

Trí thông minh Nội tâm (Intrapersonal Intelligence - Self-smart)

- Đặc điểm: Đây là năng lực của bạn trong việc tự thấu hiểu bản thân, nhận thức một cách rõ ràng những suy nghĩ, cảm nhận, đặc điểm của mình và sử dụng những kiến thức này để lên kế hoạch và định hướng cho cuộc đời. Sự tự nhận thức là một kỹ năng quan trọng với tất cả mọi người, tuy nhiên người sở hữu trí thông minh nội tâm có khả năng tự nhiên trong việc kết nối với cảm xúc và những trải nghiệm bên trong họ.
- Có thế mạnh về: Hiểu bản thân (tự nhận thức); Nhận ra các thế mạnh, ưu điểm và nhược điểm; Đặt mục tiêu; Làm việc độc lập; Theo đuổi sở thích cá nhân.

- Học tập tốt nhất khi làm việc một mình, thực hiện các dự án cá nhân, được tự chủ về mặt thời gian, có không gian riêng tư.

- Một số nghề nghiệp điển hình sử dụng trí thông minh này: Nhà tâm lý học; Nhà triết học; Nhà văn; Nhà thần học; Nhà tư vấn nghề nghiệp; Nhà cố vấn; Nhà tội phạm học; Nhà khởi nghiệp...

Trí thông minh Thiên nhiên (Naturalist Intelligence - Nature Smart)

- Đặc điểm: Đây là khả năng phân biệt, phân loại các sinh vật sống trong tự nhiên (cây cối, động vật, côn trùng) cũng như sự nhạy cảm đối với các yếu tố khác trong thế giới tự nhiên (mây, thời tiết, đất, đá...).

- Có thế mạnh về: Thấu hiểu thiên nhiên; Nhận biết và Phân loại các loài động vật và thực vật.

- Học tập tốt nhất khi làm việc trong môi trường thiên nhiên, khám phá các thế giới tự nhiên, học hỏi về cây cối, động vật và các hiện tượng thiên nhiên.

- Một số nghề nghiệp điển hình sử dụng trí thông minh này: Phi hành gia; Nhà sinh vật học; Nhà động vật học; Nhà bảo tồn thiên nhiên; Người làm vườn; Nhà nông nghiệp; Nhà huấn luyện động vật; Nhà địa chất học; Nhà sinh thái học; Bác sĩ thú y; Nhiếp ảnh gia thiên nhiên/động vật...

Trí thông minh Âm nhạc (Musical Intelligence - Music Smart)

- Đặc điểm: Đây là khả năng nhận ra các âm điệu, nhịp phách, thanh sắc, âm vực, cao độ và tông của âm thanh. Khả năng này cho phép bạn sáng tạo, sản xuất và cảm nhận âm nhạc, âm thanh.
- Có thế mạnh về: Ca hát hoặc Chơi nhạc cụ; Cảm nhận âm thanh; Ghi nhớ nhip điệu, giai điệu.
- Học tập tốt nhất qua các nhịp điệu, giai điệu, lời hát, nghe nhạc.
- Một số nghề nghiệp điển hình sử dụng trí thông minh này: Nhà thính học; Nhạc trưởng; Nhà soạn nhạc; Nhà phê bình âm nhạc; Nhà sản xuất âm nhạc; Nhà trị liệu âm

thanh; Nhà sáng tác; Ca sĩ; Nhà trị liệu ngôn ngữ; Nhạc sĩ; Giảng viên thanh nhạc...

Trí thông minh Tương tác (Interpersonal Intelligence - People Smart)

- Đặc điểm: Đây là khả năng bao gồm sự giao tiếp hiệu quả bằng ngôn từ hoặc phi ngôn từ, khả năng chú ý tới sự khác biệt giữa những cá nhân khác nhau, và sự nhạy cảm đối với cảm xúc và thái độ của những người xung quanh.
- Có thế mạnh về: Thấu hiểu những người xung quanh; Giao tiếp; Tổ chức; Lãnh đạo; Giải quyết mâu thuẫn.
- Học tập tốt nhất qua việc chia sẻ, thảo luận, hợp tác, kết nối, phỏng vấn.
- Một số nghề nghiệp điển hình sử dụng trí thông minh này: Nhà ngoại giao; Nhà lãnh đạo; Nhà quản lý; Luật sư; Thư ký; Nhân viên công tác xã hội; Nhân viên bán hàng; Lễ tân; Nhà tham vấn tâm lý; Nhân viên chăm sóc trẻ em; Huấn luyện viên...

Trí thông minh Vận động (Bodily-Kinesthetic Intelligence - Body Smart)

- Đặc điểm: Đây là khả năng điều khiển, sử dụng đồ vật và kết hợp nhiều kỹ thuật vận động khác nhau của cơ thể. Khi một cầu thủ bóng đá thể hiện một cú sút bóng ngoạn mục hay một diễn viên múa biểu diễn một cách nhẹ nhàng động tác nhào lộn, thì có thể nói rằng họ sở hữu loại trí thông minh này. Họ có thể không có khả năng xác định được tính chất vật lý, toán học trong những hành động của mình, nhưng sự điều phối mang tính bẩm sinh giữa não bộ và cơ thể của họ đã thay thế các khả năng trên.

- Có thế mạnh về: Các hoạt động thể chất; Nhảy múa; Biểu diễn; Sử dụng dụng cụ; Chơi thể thao.

- Học tập tốt nhất qua việc thực hành, di chuyển, ghi nhớ kiến thức thông qua các chuyển động của cơ thể.

- Một số nghề nghiệp điển hình sử dụng trí thông minh này: Vận động viên; Diễn viên múa; Thợ cơ khí; Diễn viên; Thợ thủ công;

Thợ mộc; Thợ xây dựng; Lính cứu hỏa; Nhà trị liệu vận động; Cảnh sát biệt động; Y tá - Điều dưỡng...

Trí thông minh Không gian (Spatial Intelligence - Picture Smart)

- Đặc điểm: Đây là khả năng suy nghĩ trong không gian ba chiều, bao gồm khả năng tưởng tượng hình ảnh, khả năng lập luận trong không gian, điều khiển hình ảnh, các kỹ thuật đồ họa, nghệ thuật và trí tưởng tượng phong phú.
- Có thế mạnh về: Đọc; Nhớ bản đồ, biểu đồ; Vẽ; Tưởng tượng; Thiết kế, Tư duy hình ảnh.
- Học tập tốt nhất qua các hình ảnh và màu sắc, vẽ, hình dung, tưởng tượng.
- Một số nghề nghiệp điển hình sử dụng trí thông minh này: Họa sĩ; Kiến trúc sư; Nhà thiết kế đồ họa; Kỹ sư; Nhà thiết kế thời trang; Nhà thiết kế nội thất; Nhiếp ảnh gia; Phi công; Thợ điêu khắc; Nhà lên kế hoạch chiến lược; Nhân viên địa trắc; Lái xe tải; Nhà thiết kế đô thị...

Trí thông minh Triết học (Existential Intelligence - Spirit Smart)

- Đặc điểm: Đây là loại trí thông minh không xuất hiện trong công trình ban đầu của Gardner mà mới được bổ sung gần đây. Trí thông minh này là khả năng nhạy cảm, nhận thức và trả lời các câu hỏi sâu sắc về sự tồn tại của con người, ví dụ như ý nghĩa của cuộc đời, vì sao chúng ta lại sinh ra, chết đi, cũng như cách mà con người đã phát triển cho tới ngày nay.
- Một số nghề nghiệp điển hình sử dụng trí thông minh này: Mục sư/Linh mục; Huấn luyện viên Yoga; Hướng dẫn viên thiền; Nhà triết học; Nhà thuyết gia...

05

Đánh thức sự tự tin bên trong bạn

Sự tự tin là vô cùng quan trọng trong hầu hết khía cạnh của cuộc sống, nhưng nhiều người phải vật lộn để tìm thấy nó.

Bạn sẽ cảm thấy thế nào với sự tự tin hơn? Các nghiên cứu đã chỉ ra rằng những người tự tin cảm thấy thành công hơn. Họ đặt mục tiêu và đạt được chúng dễ dàng hơn. Những người tự tin có xu hướng cảm thấy hạnh phúc hơn trong cuộc sống cá nhân và nghề nghiệp của họ.

Nhưng làm thế nào bạn có thể có được tự tin?

Tin tốt là bạn có thể học được điều đó và trở thành một người tự tin.

Trước khi chúng tôi nói rõ về cách để bạn có thể tự tin hơn, chúng tôi kể cho các bạn nghe một câu chuyện sau - Vẻ đẹp thực sự nằm ở sự tự tin:

Jenny là một cô bé nhút nhát và tự ti. Vì cảm thấy bản thân không xinh đẹp nên lúc nào Jenny cũng cúi đầu thật thấp.

Một ngày nọ, trên đường đi học, Jenny đi ngang qua cửa hàng đồ phụ kiện và nhìn trúng một chiếc cặp tóc hình cái nơ rất đẹp. Thấy Jenny cài chiếc cặp lên tóc, chủ cửa hàng liền chạy tới và không ngớt lời khen cô bé xinh xắn, đáng yêu.

Nghe thấy những lời khen nức nở ấy, Jenny vốn không tin, nhưng trong lòng cô bé cảm thấy rất vui và vô ý ngẩng đầu lên thật cao. Jenny nhanh chóng trả tiền rồi chạy đến lớp, cô bé quả thực rất nôn nóng muốn cho mọi người thấy được vẻ xinh xắn khác mọi ngày của mình.

Nhưng khi đi ra đến cửa, Jenny vô tình đụng trúng một người. Cô bé vội vàng xin lỗi rồi chạy thẳng một mạch tới lớp học.

Vừa bước vào lớp, Jenny gặp ngay cô giáo ở cửa. Cô giáo vỗ vai Jenny, tỏ vẻ trầm trồ: "Jenny, em ngẩng đầu lên thật xinh đẹp!"

Ngày hôm đó, Jenny nhận được rất nhiều lời khen ngợi từ mọi người, chính vì vậy, cô bé cho rằng chiếc cặp tóc nơ kia đã giúp bản thân trở nên xinh đẹp.

Jenny vui sướng lấy gương ra soi, để nhìn ngắm lại thứ "vũ khí bí mật" mới của mình. Tuy nhiên, tới lúc này cô bé mới phát hiện ra chiếc cặp tóc tuyệt diệu đã không cánh mà bay.

Kỳ thực, chiếc cặp tóc ấy đã bị rơi khi Jenny va chạm với người lạ ở cửa hàng phụ kiện.

Nhiều người vì mặc cảm ngoại hình mà để lỡ mất rất nhiều niềm vui, nhưng họ không hề biết rằng, sự tự tin chính là món phụ kiện xinh đẹp nhất của con người.

Bạn thấy gì qua câu chuyện này? Sự tự tin phụ thuộc vào việc bạn có sẵn sàng cho việc đó không. Tất cả tùy thuộc vào bạn - sự lựa chọn và quyết định của riêng bạn. Bạn cần hành động ngay bây giờ.

Hành động là một cách hiệu quả để xây dựng sự tự tin lâu dài. Nó cũng rất quan trọng. Khi bạn quyết định làm một điều gì đó và sau đó ra ngoài và biến nó thành hiện thực, điều đó cho bạn bằng chứng về tài năng và khả năng của chính mình, điều này giúp bạn tự tin hơn.

Một khi bạn đã thực hiện hành động, cần phải lặp lại để thành thạo kỹ năng cụ thể đó. Nói cách khác: thực hành, thực hành và thực hành. Nếu bạn cần phát biểu, hãy thực hành trước gương hoặc phát biểu trước mặt gia đình và bạn bè của bạn. Khi đi xin việc trong những năm đại học, tôi đã thực hành phỏng vấn nhiều lần với một sinh viên khác. Tôi đã luyện tập cho đến khi cảm thấy thoải mái đến mức mọi cuộc phỏng vấn sau đó đều diễn ra suôn sẻ và thậm chí còn dễ chịu.

Chìa khóa để luôn tự tin:

- Lập kế hoạch để làm một cái gì đó và đi làm nó. Thực hiện theo các kế hoạch của bạn.
- Tích cực tìm kiếm cơ hội thay vì chờ đợi chúng đến với bạn.
- Thực hành, thực hành và thực hành!

Thông điệp quan trọng nhất dành cho bạn là: Bạn có thể đánh thức sự tự tin của mình. Nó có thể được xây dựng hoặc phát triển giống như bất kỳ kỹ năng nào khác. Bạn càng sử dụng nó, nó càng trở nên mạnh mẽ hơn. Cuộc sống thay đổi và bạn cũng vậy. Hãy sử dụng sức mạnh của sự tự tin để tỏa sáng và bạn sẽ thành công và thay đổi cuộc sống của mình.

Dũng cảm đối mặt thử thách

Không có khó khăn nào tự nó có thể hóa giải và biến mất, bất kỳ khó khăn dù lớn hay nhỏ đều cần được giải quyết và chính chúng ta là người đảm nhận nhiệm vụ đó! Nhiều bạn trẻ ngày nay mỗi khi gặp khó khăn, thử thách đều về tìm gặp bố mẹ nhờ cậy người này người nọ giải quyết hộ mình! Nhưng, liệu bố mẹ và người thân của bạn có thể dọn đường cả đời thay bạn không?

Ở Trung Quốc có một câu nói vô cùng nổi tiếng thể hiện thực tế xã hội: "Cha tao là quan triều đình đấy!" Con của những quan làm to, cả đời được người khác nâng niu che chở, lúc phạm tội vẫn dám lớn tiếng thách thức nhà chức trách! Bạn có thấy hiện tượng này diễn ra ngày càng nhiều không? Sống ỷ lại và dựa dẫm vào vị thế của cha mẹ, để cha mẹ và những người xung quanh gánh chịu hết trách nhiệm cho cuộc sống của mình. Liệu bạn có thể tự mình bươn chải trước sóng gió cuộc đời nếu chẳng may cha mẹ bạn sạt nghiệp hay bị rớt khỏi vị trí hiện tại?

Cuộc sống không ai nói trước được điều gì, thế nên hãy học cách sống và tự mình vượt qua những thách của cuộc đời! Nếu ngay đến chính những khó khăn của mình bạn cũng không giải quyết được, liệu bạn có thể có được một cuộc sống hạnh phúc như ý muốn của mình không? Đương đầu thử thách không chỉ giúp bạn tự tin, dũng cảm hơn mà còn giúp bạn khẳng định được vị trí của mình với người khác! Nếu muốn làm một nhà lãnh đạo hay người quản lý, ít nhất bạn cũng phải thể hiện được khả năng của mình với họ phải không? Không phải vất vả leo từng bước trong nấc thang danh vọng của sự nghiệp thì bạn cũng nên để cho người khác thấy bạn xứng đáng được đứng ở vị trí đó! Thế nên, đừng bao giờ tìm cách lảng tránh những khó khăn của mình, nếu 20 tuổi mà vẫn gọi điện về hỏi mẹ làm thế nào để giải quyết việc này việc nọ hay nhờ mẹ giải quyết hậu quả thì có lẽ bạn nên xem lại chính bản thân mình! Hãy là một đứa trẻ trưởng thành, đừng bao giờ để mình chỉ là một đứa trẻ to xác!

Xin dành tặng bạn đọc câu chuyện mà chúng tôi sưu tầm được sau:

> Có hai thầy trò nọ đang leo núi thì trời đổ mưa. Người học trò bèn quay sang hỏi thầy: "Bây giờ chúng ta phải làm sao ạ?"
>
> Thầy giáo liền trả lời "Chúng ta cần phải leo lên đỉnh núi".
>
> Người học trò cảm thấy rất kỳ lạ, bèn hỏi: "Tại sao không đi xuống chân núi? Mưa gió trên đỉnh núi không phải là lớn hơn sao?"
>
> Thầy giáo đáp: "Leo lên đỉnh núi thì mưa gió có thể rất lớn, nhưng sẽ không uy hiếp đến mạng sống của em. Còn ngược lại, nếu đi xuống núi, mưa gió có thể nhỏ hơn một chút, nhưng lại có thể gặp phải lở đất hoặc lở núi mà mất đi mạng sống quý giá". Cuối cùng, thầy giáo khuyên người học trò: "Mưa gió vốn là điều không thể tránh khỏi. Dũng cảm đối mặt mới là an toàn nhất".

Đây là một triết lý mà bản thân tôi phải mất nhiều năm để học hỏi: Cuộc sống càng khó khăn, chúng ta càng phải nỗ lực vượt qua nghịch cảnh. Mỗi khi phải đối diện với bất cứ khó khăn nào, chúng ta trước hết nên trầm tĩnh suy nghĩ làm sao để từng bước từng bước vượt qua nghịch cảnh. Vạn vật trong trời đất này đều phải trải qua những ngày tháng vất vả vươn lên để sinh trưởng và phát triển. Con người chúng ta cũng vậy.

Thất bại là chuyện bình thường

Thành công là điều bất cứ ai cũng mong muốn đạt được, nhưng rất khó xác định như nào là thành công. Một số người đo lường sự thành công bằng cách đạt được một hợp đồng lớn, một vị trí cao trong sự nghiệp, nhưng cũng có người đo thành công bằng việc vừa hoàn thành được nhiệm vụ một cách xuất sắc. Nhưng cho dù bạn đang theo đuổi sự giàu có, địa vị cao hay danh vọng - thì con đường dẫn đến chiến thắng luôn đầy chông gai.

Ngay cả người bạn đạt thành tích cao một cách không ngờ đến, hay kể cả bố mẹ bạn - những người đang nói cười vui vẻ với bạn bên bàn ăn, cũng đã từng trải qua khó khăn hoặc vất vả ở một thời điểm nào đó trong cuộc đời. Những người nổi tiếng cũng không tránh khỏi những thăng trầm trong cuộc sống

- nhưng họ đã chứng minh rằng bạn có thể vượt lên trên nó, bất kể bạn ở độ tuổi nào.

Michael Jordan đã bị cho ra khỏi đội bóng rổ ở trường trung học, trong khi Oprah Winfrey bị sa thải khỏi công việc truyền hình khi cô ấy là phóng viên tin tức lúc 6 giờ chiều ở Baltimore. Ngay cả đầu bếp tại gia nổi tiếng nhất nước Mỹ, Julia Child, cũng chỉ có thể luộc một quả trứng cho đến khi cô 36 tuổi.

Tất cả chúng ta đều là con người và không ai hoàn hảo cả. Sai lầm thường là một thực tế của cuộc sống, dù nhỏ hay lớn, giúp chúng ta trưởng thành về mặt cảm xúc và cải thiện các kỹ năng hoặc khả năng ra quyết định. Và nếu bạn bỏ cuộc ngay bây giờ, bạn có thể bỏ lỡ cơ hội lớn.

Thất bại chỉ là thử thách. Bạn sẽ thành công nếu bạn xem nó là cơ hội, và ngược lại. Dưới đây là 3 cách giúp bạn vượt qua thất bại:

Chấp nhận cảm xúc của chính mình

Bạn thất bại, bạn cần chấp nhận việc đó, càng chống lại cảm xúc đó bạn càng cảm thấy tồi tệ. Không ai có được những thành công trong đời mà không trải qua thất bại cả, đặc biệt là đối với những đứa trẻ sinh ra đã không có ô như bạn. Hãy chấp nhận mọi thứ đang xảy ra, đưa bản thân trở về con số không, để sẵn sàng bắt đầu lại.

Thay đổi suy nghĩ của bạn về thất bại

Thay vì tập trung vào những gì đã mất, hãy tập trung vào cơ hội sau khi thất bại. Nỗi đau luôn là cơ hội để trưởng thành, hãy nhìn lại thất bại, tìm ra vấn đề thực sự, tự nỗ lực học hỏi để chuẩn bị cho các phương án khác tốt hơn.

Biến kế hoạch thành hành động

Khi đã học được kinh nghiệm từ những thất bại cũng là lúc bạn cần hành động. Ví dụ, bạn bị từ chối CV[1], hãy làm lại CV tốt hơn và tiếp tục gửi nó đi. Điều mang lại thành công cho bạn không nằm ở CV, mà nằm ở tinh thần không chịu bỏ cuộc của bạn.

---

1. CV là viết tắt của "Curriculum Vitae". CV thường được dịch là sơ yếu lý lịch, nhưng bản chất CV là bản tóm tắt những thông tin về trình độ học vấn, kinh nghiệm làm việc, các kỹ năng liên quan tới công việc mà ứng viên muốn ứng tuyển, để lại ấn tượng ban đầu cho nhà tuyển dụng về ứng viên mà họ đang xét duyệt.

Ngưng kiểm soát

Tôi có một người bạn nhỏ, nhờ người bạn này tôi đã trưởng thành lên rất nhiều. Đó là con của chú tôi. Nó đã dạy tôi trở thành một người lớn tốt, bởi tôi cần làm gương cho người bạn nhỏ này, vì tôi biết nó cũng ảnh hưởng từ tôi khá nhiều.

Thấm thoắt, người bạn nhỏ đã sắp 18 tuổi, cũng bắt đầu phải trả lời câu hỏi cuộc đời: Nên học trường nào?

Tôi đã có vài gợi ý cho bạn của mình, rồi nói thêm là tôi có một người bạn dạy ở đây, để tôi hỏi xem sao. Nhưng các bạn biết không, người bạn nhỏ đó đã nói luôn: Thế em không thi trường đó nữa.

Tôi thoáng ngạc nhiên và nhận ra rằng người bạn nhỏ sợ bị kiểm soát. Và có một sự thật là bất cứ đứa trẻ nào cũng mong được ra khỏi vòng tay gia đình, được tự do làm những gì mình muốn khi bắt đầu lớn. Chúng ta ngày xưa cũng thế mà.

Có một sự thật nữa tôi muốn nói với các bậc phụ huynh là: Đừng mong có thể kiểm soát được con cái, nói thẳng ra là không thể!

Đừng kiểm soát con cái theo kiểu con đi đâu phải báo cáo, con không được làm việc này việc kia, con phải tuyệt đối nghe lời, thậm chí còn xem trộm điện thoại, nhật ký... mà hãy kiểm soát bằng nếp nhà và làm gương. Còn lại, mọi chuyện đều có thể xảy ra, chỉ là hãy bên con và giúp con cái được bộc lộ những mong muốn của bản thân sớm nhất, cũng như trở thành người bạn tốt, để con cái có thể tin tưởng để tâm sự, sẻ chia.

Nếp nhà giữ cho những đứa trẻ không rơi vào cạm bẫy và đủ bản lĩnh để vượt qua cám dỗ, cũng như hạn chế hết sức các việc làm xấu. Làm gương giúp chúng nỗ lực hơn mỗi ngày để tự lập và tự chăm sóc bản thân thật tốt.

Vì chúng được yêu thương, có một ngôi nhà để trở về khi mệt mỏi, thì sợ gì khó khăn ở ngoài kia nữa?

Đừng kiểm soát, hãy buông tay. Lúc cần trưởng thành, đứa trẻ sẽ tự biết cách trưởng thành.

Hay trong tình yêu, mọi người cũng thường kiểm soát đối phương, đôi khi chính vì sự kiểm soát đó mà bóp chết tình yêu của hai người. Anh đi đâu, làm gì, với ai, hoặc quá nửa là kiểm tra điện thoại... là biểu hiện rõ của người thích kiểm soát. Và họ cho rằng đó chính là vì yêu.

Nhưng tình yêu tuy hai mà một, ai cũng cần có bản sắc riêng, có niềm vui riêng, và vì mỗi người có một vẻ đẹp riêng mà thu hút lẫn nhau, đúng không nào? Thế nhưng, chúng ta đang làm gì vậy? Chúng ta buộc họ làm những gì chúng ta muốn, cho rằng đó là tình yêu, nếu họ không làm thì có nghĩa là không còn yêu ta. Thật nực cười! Nếu cứ như vậy, theo thời gian, đối phương sẽ đánh mất chính mình và không muốn tiếp tục mối quan hệ này nữa. Và tình yêu sẽ chấm dứt.

Cho nên trong mọi mối quan hệ, càng kiểm soát, càng thất bại. Bạn hãy để đối phương được tự do, được là mình. Chính bạn cũng hãy là mình. Có như vậy, cuộc sống mới thoải mái và hạnh phúc lâu dài được.

Học cách sáng tạo

"Tôi thậm chí không biết bắt đầu từ đâu".

"Tôi không phải là một người sáng tạo".

Tất cả chúng ta đều đã từng có những khoảnh khắc bực bội - khi chúng ta được cho là sẽ nghĩ ra một ý tưởng mới tuyệt vời, nhưng cho dù chúng ta có dán mắt vào màn hình máy tính bao nhiêu đi chăng nữa, dường như chúng ta cũng không thể nghĩ ra được điều gì hay ho.

Đó là khi chúng ta nhìn vào những đồng nghiệp của mình, những người thuộc "hệ sáng tạo", và tự hỏi tại sao bản thân chúng ta lại không được như họ?

Nhưng có thể là chúng ta đang nhìn sai. Trên thực tế, nhiều nhà tâm lý học cho rằng sự sáng tạo không phải là thứ mà con người bẩm sinh đã có, nó thực sự là một kỹ năng có thể học được. Và, như với bất kỳ kỹ năng nào khác, bạn chỉ có thể trở nên giỏi hơn khi luyện tập.

Vậy, chúng ta có thể làm gì để rèn luyện sự sáng tạo đó khi chúng ta đang vật lộn để nghĩ ra những ý tưởng mới?

Mọi người đều có những cách riêng để "lấy lại vóc dáng". Đây là một vài gợi ý để bạn kích thích tư duy sáng tạo của mình:

Bắt đầu với một bài viết tự do buổi sáng

Tất cả chúng ta đều có những buổi sáng bước vào văn phòng và tất cả những gì chúng ta có thể nghĩ đến là danh sách việc cần làm dày đặc. Nhưng chỉ tập trung vào khối lượng công việc phải hoàn thành có thể khiến chúng ta căng thẳng, thậm chí đánh mất cảm hứng sáng tạo của riêng mình.

Vào những ngày như thế này, viết tự do mọi thứ bạn muốn vào buổi sáng là cách để tái tập trung. Theo một nghiên cứu từ Giáo sư Teresa Amabile của Trường Kinh doanh Harvard, việc viết nhật ký thường xuyên tại nơi làm việc cho phép bạn khám phá những suy nghĩ/quan điểm của mình và trở nên sáng tạo hơn.

Vì vậy, thay vì nhảy ngay vào các dự án của bạn khi đến văn phòng, hãy dành mười phút, tắt mọi thiết bị điện tử, lấy một cuốn sổ và bút để viết. Viết theo phong cách tự do sẽ cho phép nguồn sáng tạo của bạn tuôn trào, đồng thời buộc bạn phải đưa suy nghĩ của mình vào các từ được viết, từ đó đầu óc của bạn sẽ được thư giãn hơn.

Tham gia một khóa học sáng tạo

Nếu bạn là kiểu người thích có người hướng dẫn, thì tham gia một khóa học sáng tạo có thể là cách phù hợp để định hướng sự sáng tạo.

Các khóa học sáng tạo có thể là bất cứ thứ gì từ: viết, thiết kế hình ảnh, dựng video đến âm nhạc, nghệ thuật và thiết kế. Bất kể bạn tham gia khóa học nào, bạn sẽ được tiếp xúc với những cách suy nghĩ và cách tiếp cận làm việc khác nhau mà bạn có thể áp dụng cho công việc. Ngoài ra, nó có thể giúp bạn khám phá một số điểm mạnh và khắc phục điểm yếu của mình.

Động não trong khi tập thể dục

Nếu bạn cảm thấy mình đã làm việc cật lực mà “thanh sáng tạo” vẫn bằng không, hãy cố gắng thúc đẩy bản thân trong việc tập thể dục 30 phút hoặc lâu hơn.

Một nghiên cứu đã chỉ ra rằng, tập thể dục thường xuyên có thể rèn luyện tư duy nhận thức và khả năng sáng tạo của bạn một cách lành mạnh.

Hãy dành 30 phút trong ngày để chạy bộ, thực hiện một số động tác yoga tràn đầy năng lượng hoặc thực hành một số bài tập tại chỗ làm việc. Nó sẽ có lợi cho cả cơ thể và tâm trí của bạn.

Du lịch, đến một nơi thật xa

Vì khả năng sáng tạo của bạn có liên quan đến cách thức hoạt động của não bộ nên điều quan trọng là giữ cho tâm trí của bạn luôn được kích thích bởi những hình ảnh, âm thanh, mùi vị và trải nghiệm mới. Tiếp xúc với một quan điểm hoàn toàn khác thông qua trải nghiệm văn hóa mới, giữ cho các giác quan của bạn nhạy bén sẽ cho phép các khớp thần kinh trong não bạn suy nghĩ theo những cách mới. Bằng cách tương tác với nghệ thuật, ẩm thực và con người tại nhiều nơi khác nhau, bạn sẽ học được những cách suy nghĩ mới mà sau này có thể áp dụng cho ý tưởng của riêng mình.

Cho phép bản thân được lười biếng

Nhiều người trong số chúng ta thường quá bận rộn, tới mức tranh thủ từng giây từng phút làm việc này việc khác cả ngày. Nhưng nếu luôn luôn bận rộn, nghĩa là bạn đang không dành không gian cho tư duy bản thân phát triển.

Nếu muốn trở nên sáng tạo hơn, đôi khi bạn cần cho phép bản thân chán nản và lơ đễnh! Lúc đó, bạn sẽ mơ mộng và kích hoạt mạng lưới tưởng tượng của trí não. Và nhiều nghiên cứu cho thấy, sự chán nản và những điều vớ vẩn bạn làm khi chán nản sẽ châm ngòi cho tư duy sáng tạo và có thể dẫn tới một loạt ý tưởng mới mẻ, sáng tạo (và một lối suy nghĩ mới mẻ, sáng tạo nữa).

Dành thời gian đọc sách

Đọc sách là cách tốt nhất để thư giãn đầu óc. Đọc sách giúp bạn mở mang đầu óc với những cách suy nghĩ mới mẻ và từ đó thúc đẩy sự sáng tạo.

Hãy bắt đầu đọc sách với những chủ đề bạn thực sự yêu thích. Mỗi ngày dành ra 30 phút đọc sách là một điều tuyệt vời. Một khi đọc sách trở thành thói quen hàng ngày, bạn sẽ thấy đọc sách là một việc rất nhẹ nhàng, lúc đó mỗi tháng bạn sẽ đọc ít nhất một đến hai quyển sách.

Tư duy đa chiều

Bộ não của bạn không phải là một máy tính. Suy nghĩ của con người là đa chiều. Nó bao gồm lý trí, cảm xúc, hình ảnh, ký ức... danh sách dài vô tận.

Tư duy đa chiều được hiểu đơn giản là cách suy nghĩ, đánh giá một sự vật, hiện tượng một cách bình tĩnh từ nhiều góc độ, nhiều luồng tư duy để thấy được hết những tác động của nó trong lý luận và thực tiễn, đúng - sai, tốt - xấu... như thế nào. Từ đó, chúng ta có thể sử dụng khả năng của mình để nhận định và đánh giá các vấn đề một cách khách quan và thấu đáo nhất có thể.

Tư duy đa chiều ban đầu chỉ là một quá trình sao chép sáng tạo, tức là sáng tạo với chính mình, nhưng thực chất là sao chép từ người khác, sử dụng lựa chọn và quan điểm của người khác.

Bước tiếp theo của tư duy đa chiều là biểu hiện của quá trình thay đổi hệ thống niềm tin cũ, thay đổi cách suy nghĩ mới hoặc sự sáng tạo mới. Đây là giai đoạn tự sáng tạo hay còn gọi là sáng tạo thực sự.

Tư duy đa chiều hữu dụng trong trường hợp nào?

Tư duy đa chiều có thể áp dụng trong hầu hết các tình huống trong cuộc sống con người. Nó phục vụ cho khả năng phân tích, suy nghĩ, đưa ra quyết định và giải quyết vấn đề của con người. Đây là một số cách rèn luyện tư duy đa chiều:

Chủ động với mọi kế hoạch

Trong mọi vấn đề, hãy đảm bảo bạn luôn chủ động giải quyết chúng. Cần chuẩn bị kế hoạch cho mọi phương án ngay từ ban đầu. Tư duy đa chiều sẽ giúp con người luôn ở thế chủ động trong mọi tình huống. Ví dụ: Khi kế hoạch A của bạn có vấn đề, thì ngay lập tức kế hoạch B sẽ khởi động.

Lập nhiều kế hoạch và cân nhắc lựa chọn các phương án

Trước khi đưa ra quyết định, hãy tối ưu hóa các nguồn lực. Thông thường, chúng ta nên cung cấp nhiều phương pháp. Trước khi đưa ra quyết định cuối cùng, hãy phân tích kỹ những ưu và nhược điểm. Tránh đưa ra những quyết định vội vàng quá nhanh chóng, đặc biệt là những việc rất quan trọng.

Sáng tạo mọi lúc mọi nơi

Suy nghĩ đa chiều cũng làm giảm bớt sự kiêu ngạo của những kết luận cứng nhắc, cho dù có chắc chắn đến đâu.

Từ khi còn nhỏ đến nay, nếu bạn quan tâm chú ý đến sự phát triển cá nhân của chính mình, bạn sẽ nhận ra niềm tin của bạn sẽ luôn có sự thay đổi trước các sự vật hiện tượng khác nhau.

Một số điều chúng ta đã nghĩ là đúng vào mười năm trước, nhưng bây giờ có thể là không đúng nữa. Ngày hôm qua đã tin như vậy, nhưng ngày mai sẽ khác.

Đặc điểm của kỹ năng tư duy đa chiều:

- Tư duy đa chiều liên quan đến việc phát triển các ý tưởng mới.
- Loại bỏ những ý tưởng cũ và kích thích những ý tưởng mới là hai khía cạnh song song của tư duy đa chiều.
- Tư duy đa chiều không thể thay thế tư duy học thuật, và cả hai bổ sung cho nhau.

- Tư duy dọc phát triển những ý tưởng nảy sinh từ tư duy đa chiều. Do đó, tư duy đa chiều nâng cao hiệu quả của tư duy dọc.

Các kỹ thuật cơ bản được sử dụng trong tư duy đa chiều bao gồm: tạo ra các lựa chọn thay thế, các giả định thách thức, đánh giá trì hoãn, thiết kế và xây dựng lại mô hình bằng cách sử dụng phân tích, đảo ngược... suy luận, lựa chọn điểm, vùng thâm nhập, vùng chú ý, v.v...

Tư duy đa chiều tuy nghe có vẻ hơi trừu tượng nhưng đã xuất hiện trong các hệ thống sử dụng hình ảnh trực quan, tài liệu ngôn ngữ, các dạng bài tập... nên nó dần trở nên phổ biến trong công việc và học tập...

Mọi người - bất cứ ai muốn rèn luyện sự thay đổi, cập nhật bản thân và sáng tạo ý tưởng - đều có thể sử dụng tư duy đa chiều.

Tư duy đa chiều cũng liên quan đến việc thoát ra khỏi ngục tù của tư duy lỗi thời. Nó thay đổi thái độ và cách tiếp cận, từ đó dẫn đến việc nhìn những thứ quen thuộc theo cách khác. Và khiến bạn ngày một kiệt xuất hơn.

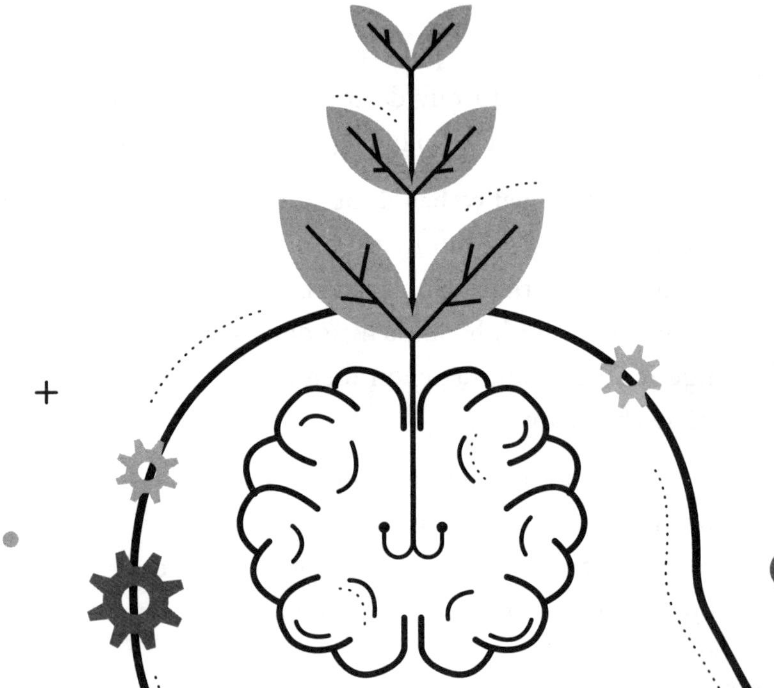

PHẦN II

Bạn - thay đổi hay là chết

Bước qua vùng an toàn - luôn muốn thử cái mới

Bước qua vùng an toàn là một cụm từ bạn được nghe rất nhiều, đâu đâu cũng thấy. Nhưng vùng an toàn là gì thì thực sự không phải ai cũng biết. Chúng ta cần nhận thức rõ điều này để vượt qua sự sợ hãi, từ đó mới chính thức bước qua vùng an toàn của bản thân, làm nên điều khác biệt trong công việc lẫn cuộc sống.

Nỗi sợ thất bại có thể là một điều gì đó rất kinh khủng với mỗi người bởi chúng được tạo nên từ những thất bại, những tổn thất về vật chất và tinh thần xảy ra trước đó. Để bảo vệ chính mình khỏi việc phải đối diện với thất bại, thua cuộc và chịu đựng đả kích, mỗi người thường tự tạo ra cho mình một thứ gọi là "vùng an toàn". Vùng an toàn là cụm từ để chỉ trạng thái tâm lý của một người mà ở đó, cảm xúc của họ trở nên thoải mái, thân thuộc với môi trường sống và làm việc xung quanh. Ở trong vùng an toàn của chính mình, các hoạt động sống của mỗi cá nhân đều thoải mái và được kiểm soát một cách ổn định bởi họ không phải mang theo nhiều áp lực hay phải đối diện sự mạo hiểm. Con người trong trạng thái này có thể làm việc để duy trì hiệu suất bình ổn và không bị ảnh hưởng nhiều bởi cảm xúc tiêu cực vì những rủi ro hay lo lắng đều được giảm thiểu ở mức tối đa. Nói một cách khác, vùng này mang lại cho bạn sự ổn định.

An toàn là vậy nhưng nó lại chính là vật cản của mỗi cá nhân để đạt được thành tựu trong công việc và cuộc sống. Ở trong vùng an toàn, con người không có sự đột phá bởi họ sẽ chỉ lặp đi lặp lại các quy trình mà không phải xử lý quá nhiều vấn đề khó khăn. Dần dần, con người sẽ bị mất đi động lực - thứ thúc đẩy và như nguồn nhiên liệu để mỗi người tạo ra sự bứt phá, vượt khỏi những ranh giới sẵn có và chạm đến đỉnh cao mới.

Bên trong vùng an toàn, mọi người thường không tham gia vào những trải nghiệm mới hoặc không chấp nhận bất kỳ thử thách nào. Họ chỉ tham gia vào các hoạt động quen thuộc, khiến bản thân cảm thấy "kiểm soát được" môi trường của mình. Điều đó sẽ khiến họ ngày một thụt lùi, cuộc sống nhàm chán. Do vậy, họ cần phải thay đổi và thay đổi từ từng bước nhỏ. Bí quyết là:

1. *Đón nhận mọi thứ ngoài vùng an toàn của bạn.* Bạn càng biết nhiều về điều gì đó, bạn sẽ càng cảm thấy bớt đáng sợ và mạnh mẽ hơn.

2. *Nghĩ về mục tiêu của bạn.* Hãy viết ra kế hoạch chi tiết từng bước về cách bạn sẽ thoát ra khỏi vùng an toàn của mình. Sau đó, tạo một kế hoạch để đạt được nó, từng cấp độ một. Trong kế hoạch này, hãy tạo các mục tiêu nhỏ giúp bạn tiến thêm một bước để vượt qua vùng an toàn của mình, một cách dễ dàng.

3. *Giữ suy nghĩ tích cực.* Sẽ có lúc bạn gặp phải kết quả không như ý. Đó là một phần tự nhiên của quá trình nhưng hãy nhắc nhở bản thân rằng đó là điều dĩ nhiên. Những kết quả đó sẽ giúp bạn có thêm bài học.

4. *Xem lại thành tích của bạn.* Người ta nói rằng những thành tựu thường được thực hiện bởi sự can đảm. Bằng cách nhìn lại những thành công lớn nhất của mình, bạn sẽ nhớ

rằng lòng dũng cảm là thứ đã đưa bạn đến kết quả đó.

5. *Thách thức thói quen của bạn.* Thỉnh thoảng hãy thử một cái gì đó mới và giữ nó cho đến khi nó thành một thói quen. Sau đó, nghĩ về điều thách thức tiếp theo và bạn cần tìm cách vượt qua.

Bạn có những thói quen tốt nào?

Bạn có những thói quen xấu nào?

Bạn có dám thay đổi những thói quen xấu để bản thân tốt hơn? Trước hết, bạn cần sẵn sàng cho việc này, nếu không, bạn sẽ giẫm chân tại chỗ. Nếu không dám thay đổi thì bạn đừng đổ lỗi cho hoàn cảnh hay số phận.

Bạn biết không, những người thành công không làm việc trong vùng an toàn. Diễn viên nổi tiếng Les Brown từng nói: "Nếu bạn đặt mình vào một vị trí vượt qua ngoài vùng an toàn, khi đó bạn buộc phải mở rộng tâm thức của mình".

Hãy mở rộng tâm thức của bạn để có thể phát huy hết khả năng của bản thân bằng việc thay đổi thói quen.

6. *Học hỏi từ thất bại.* Hãy tiếp tục hình dung về thành công và trong khi chờ đợi, đừng quên tất cả những bài học quý giá đã học được. Hãy tập trung vào những gì bạn học được từ mọi trải nghiệm và cách mà bạn vượt qua chúng.

Bình tĩnh giúp bạn có được mọi thứ

Chuyện kể rằng, người cha tìm khắp nơi cũng không thấy chiếc đồng hồ của mình nên cảm thấy vô cùng phiền não. Sau khi ông đi ra ngoài, người con trai lặng lẽ đi vào phòng ông, chỉ một lúc là tìm ra chiếc đồng hồ.

Người cha hỏi: "Làm sao con tìm được vậy?"

Người con nói: "Con chỉ ngồi im lặng, một lúc là có thể nghe thấy tiếng tích tắc của đồng hồ..."

Sự bình tĩnh làm cho tâm hồn bạn thanh thản hơn, nó là cái nôi của sức mạnh. Mọi thứ bạn làm đều có thể tốt hơn khi bạn cảm thấy thoải mái và thả lỏng.

Hạnh phúc hay đau khổ do tâm mình quyết định. Nếu cứ chấp trước, thù hận, tranh giành tức chuốc lấy khổ đau, còn nếu buông xuống sẽ được an nhiên...

Cách giữ bình tĩnh chính là bí quyết giúp bạn vượt qua những trở ngại cảm xúc, đồng thời là kỹ năng mềm có thể mang lại thành công trong tương lai.

Nếu không biết cách giữ bình tĩnh trước những cơn nóng giận, có thể dẫn đến một loạt vấn đề như phát ngôn những lời lẽ không hay, ảnh hưởng đến sức khỏe tinh thần, bạo lực thể xác... Bạn sẽ lãng phí rất nhiều thời gian để suy nghĩ về các sự kiện làm bạn khó chịu hoặc trút giận về những người bạn không thích.

Giữ bình tĩnh không có nghĩa là bạn sẽ không bao giờ tức giận. Thay vào đó, phương pháp này liên quan đến việc học cách nhận biết, đối phó và thể hiện sự tức giận theo hướng tích cực và lành mạnh hơn. Bạn hãy cùng tìm hiểu các cách giữ bình tĩnh giúp bạn luôn vững vàng tâm lý dưới đây nhé!

Xác định yếu tố gây mất bình tĩnh

Nếu bạn là người thường mất bình tĩnh, bạn có thể dễ dàng nhận biết được những điều khiến bản thân dễ tức giận. Chẳng hạn như phải chờ đợi, ùn tắc giao thông, bị chỉ trích hay chỉ đơn giản là quá tải công việc.

Tuy nhiên, điều này không có nghĩa là bạn có quyền đổ lỗi cho mọi người hoặc hoàn cảnh bên ngoài khiến bạn không thể mất kiểm soát. Thay vào đó, bạn cần lên một kế hoạch phù hợp để kiểm soát những yếu tố kích hoạt sự tức giận, hoặc chỉ đơn giản là tránh né những điều đó.

Có nhiều cách để bạn tránh được những yếu tố gây kích hoạt cơn nóng giận, chẳng hạn như sắp xếp thời gian đến địa điểm cần tới để hạn chế chờ đợi lâu hay học cách nhìn nhận lại bản thân khi bị chỉ trích.

Tập hít thở

Phương pháp hít thở sâu là một trong những cách giữ bình tĩnh phổ biến nhất mà các chuyên gia chăm sóc sức khỏe đưa ra để giúp bạn kiểm soát cơn giận. Tuy nhiên, điều quan trọng là bạn cần biết kỹ thuật thở sao cho đúng cách để giữ bình tĩnh hiệu quả.

Theo các tác giả của một nghiên cứu năm 2017, kỹ thuật thở cơ hoành có thể giúp thư giãn cơ thể. Trong quá trình nghiên cứu, một nhóm người tham gia đã thở bằng cơ hoành, trong khi nhóm còn lại không điều trị gì cả. Vào cuối nghiên cứu, nhóm thở cơ hoành có nồng độ cortisol (một loại hormone liên quan đến sự căng thẳng) thấp và khả năng chú ý tốt hơn.

Các bước thực hiện phương pháp thở cơ hoành bao gồm:

- Nằm trên một bề mặt phẳng, gối đầu bằng gối với hai chân hơi co.
- Đặt tay phải lên ngực, tay trái đặt trên bụng ngay dưới bờ sườn để cảm nhận được sự di chuyển của cơ hoành khi hít thở.
- Hít vào chậm qua mũi sao cho bàn tay trên bụng có cảm giác bụng phình lên, lồng ngực không di chuyển.
- Hóp bụng lại và thở ra chậm qua miệng với thời gian thở ra gấp đôi thời gian hít vào.

Viết ra tất cả mọi cảm xúc khó chịu

Những cảm giác tiêu cực thường gây ra tác động xấu đến tinh thần và sức khỏe mỗi khi bạn trải qua. Tuy nhiên, có một số nghiên cứu cho thấy việc ghi chép lại suy nghĩ của bản thân có thể là cách giữ bình tĩnh và kiểm soát những cảm xúc tiêu cực hiệu quả.

Một số nghiên cứu năm 2017 cho thấy, khi viết về cảm xúc có thể giúp giảm các triệu chứng về thể chất và tâm lý. Các tác giả nghiên cứu đã làm việc với 66 người viết về các sự kiện chấn thương, cảm xúc hoặc căng thẳng quan trọng trong 20 phút mỗi ngày. Kết quả cho thấy những tác động tích cực đến khả năng đối phó cảm xúc, cải thiện khả năng giao tiếp và nhận thức của họ.

Các quy luật tập trung then chốt

Sự tập trung được coi là chìa khóa để giúp con người thành công trong sự nghiệp cũng như học tập. Dù biết là thế nhưng con người vẫn không thể tránh khỏi những lúc sao nhãng bởi vô số loại hình giải trí khác nhau. Đây cũng là nguyên nhân nhiều người tìm cách rèn luyện khả năng tập trung giúp tăng hiệu quả công việc và học tập. Cách thức rèn luyện thế nào? Hãy cùng tìm hiểu nhé!

Phương pháp Prodomo

Đây là cách thức rèn luyện khả năng một cách từ từ. Trí óc cũng tựa như cơ bắp, cần phải có thời gian rèn luyện mới từ từ đem đến hiệu quả. Phương pháp Prodomo áp dụng cách thức đó để giúp tăng sự tập trung.

Cụ thể, chúng ta sẽ thực hiện rèn luyện tập trung kết hợp với nghỉ ngơi. Ban đầu, có lẽ hơi khó nhưng bạn có thể thử tập trung cao độ trong vòng 30 phút sau đó nghỉ ngơi thư giãn đầu óc trong vòng 15 phút. Điều quan trọng là bạn phải hoàn toàn tập trung, toàn tâm toàn ý trong công việc.

Sau khoảng 1 tuần áp dụng chế độ làm việc và nghỉ ngơi như trên mà thấy hiệu quả, bạn cần tăng thời gian rèn luyện lên hơn nữa. Tiếp đó khoảng 1 tuần, thời gian nghỉ ngơi sẽ được giảm xuống. Dần dần khoảng cách nghỉ ngơi và làm việc kéo dãn ra mà hiệu quả công việc vẫn đảm bảo có nghĩa bạn đã thành công.

Phương pháp thiền định

Nếu như phương pháp Prodomo lấy thời gian làm mốc thì thiền định là phương pháp tăng khả năng tập trung thông qua hơi thở. Một cuộc thử nghiệm đã được diễn ra với 140 người trong vòng 8 tuần đã chỉ ra rằng phương pháp thiền định đem lại hiệu quả trong chức năng nhận thức và sự tập trung.

Phương pháp này cho phép con người tăng thời gian tập trung của não trong nhiều giờ liền chỉ bằng cách thở ra - hít vào. Cụ thể, người tập cần dành ra khoảng 20 đến 30 phút mỗi ngày để ngồi thiền, thả lỏng cơ thể và tập trung vào việc thở. Điểm đặc biệt là phương pháp này không chỉ giúp tăng khả năng tập trung mà còn hỗ trợ cải thiện sức khỏe cho người tập.

Phương pháp thực hành chính niệm

Phương pháp rèn luyện chú ý qua thực hành chính niệm có nhiều điểm tương đồng với thiền niệm. Tuy nhiên, thay vì ngồi một chỗ chỉ để tập trung hít thở thì phương pháp này có cách thực hiện đa dạng hơn nhiều.

Chính niệm được hiểu đơn giản là tập trung cao độ vào việc đang thực hiện, suy nghĩ chậm đi và cố gắng quan sát mọi sự thay đổi trong cơ thể và tinh thần. Chính vì thế, phương pháp này có cách tập trung tinh thần đa dạng kể cả khi đang ăn cơm.

Cụ thể, bạn có thể thực hiện như thiền định hoặc cố gáng nhai cơm thật chậm và tập trung vào hương vị thực sự của thức ăn. Nhờ đó, phương pháp này có thể chống lại những tác nhân gây ra sự xao lãng trong công việc hay học tập.

Phương pháp đọc chậm

Nhiều người luôn cố thử mọi cách để tăng cường trí nhớ và khả năng tập trung mà không hề biết rằng đọc cũng là một phương pháp hữu hiệu. Ngày nay, với sự phát triển của công nghệ, con người gần như chẳng phải nhớ gì.

Nếu cần thì người ta chỉ việc ghi chú vào điện thoại hay máy tính. Sau đó, đến thời điểm đã ghi chú thiết bị sẽ tự động nhắc nhở. Việc này vô tình khiến cho con người mất dần khả năng ghi nhớ sự việc. Thế là phương pháp đọc chậm đã được đưa ra.

Nghiên cứu đã chỉ ra rằng chỉ 5% người đọc báo là cố gắng đến hết bài dù đó là báo điện tử có thể mở nhanh chóng. Thậm chí nhiều người còn không đọc bất cứ quyển sách nào trong cả một năm.

Phương pháp đọc chậm cho đến hết giúp người ta phải hoàn toàn chú tâm vào bài đọc, từ đó rèn luyện sự tập trung để làm sao hiểu hết ý nghĩa của bài. Hãy cố gắng tăng độ dài của bài lên dần theo thời gian để có hiệu quả cao nhất.

Phương pháp tập thể dục

Hiện có vô vàn phương pháp để trả lời cho câu hỏi làm thế nào để tập trung cao độ nhưng chẳng ai nghĩ tập thể dục cũng là một trong số đó. Tập thể dục thường được coi là cách để nâng cao sức khỏe, giữ dáng nhiều hơn là rèn luyện về mặt trí óc.

Thế nhưng, thực tế việc rèn luyện cơ thể sẽ đem đến những lợi ích thiết thực cho trí óc. Cơ thể thoải mái, thư giãn sẽ giúp trí óc dễ dàng tập trung để làm việc hơn. Đặc biệt tập thể dục trong thời gian nhất định giúp con người loại bỏ những yếu tố gây nhiễu từ bên ngoài.

Sau một thời gian rèn luyện với mức độ tăng dần, bạn không chỉ sở hữu một vóc dáng đẹp mà còn có ý chí với khả năng chống lại được các yếu tố gây sao nhãng. Nhờ đó, khả năng tập trung trong công việc và học tập cũng được nâng cao thêm nhiều lần.

Quản lý thời gian hiệu quả - Chìa khóa của mọi sự thành công

Bạn có bao giờ thắc mắc, rằng tại sao mọi người đều có quỹ thời gian như nhau (24 tiếng một ngày) nhưng có người thành công, có người thất bại? Kỹ năng quản lý thời gian hiệu quả là câu trả lời cho câu hỏi trên. Hành trình nhanh hay chậm, có đến đích hay không phụ thuộc vào cách chúng ta sử dụng thời gian.

Sử dụng thời gian tốt là kỹ năng thiết yếu mà mọi người cần có. Trước tiên, cần phải hiểu về chiếc "chìa khóa" quản lý thời gian của bản thân.

1. *Đặt mục tiêu chính xác:* Đặt mục tiêu có thể đạt được và đo lường được. Sử dụng phương pháp SMART khi đặt mục tiêu. Về

bản chất, hãy đảm bảo các mục tiêu bạn đặt ra là Đặc biệt, Có thể đo lường được, Có thể đạt được, Phù hợp và Đúng lúc.

2. *Ưu tiên một cách khôn ngoan:* Ưu tiên các nhiệm vụ dựa trên mức độ quan trọng và khẩn cấp. Xem xét các nhiệm vụ hàng ngày của bạn và xác định xem nhiệm vụ đó ở mức độ nào:

    - Quan trọng và khẩn cấp: Hãy làm những công việc này ngay lập tức.
    - Quan trọng nhưng không khẩn cấp: Quyết định khi nào thực hiện những nhiệm vụ này.
    - Khẩn cấp nhưng không quan trọng: Ủy quyền những nhiệm vụ này nếu có thể.
    - Không khẩn cấp và không quan trọng: Đặt những việc này sang một bên để làm sau.

3. *Đặt giới hạn thời gian hoàn thành công việc:* Đặt giới hạn thời gian để hoàn thành nhiệm vụ giúp bạn tập trung và làm việc hiệu quả hơn. Nỗ lực thêm một chút để quyết định lượng thời gian bạn cần phân bổ cho mỗi nhiệm vụ cũng có thể giúp bạn nhận ra các

vấn đề tiềm ẩn trước khi chúng phát sinh. Bằng cách đó bạn có thể lập kế hoạch đối phó với chúng.

Giả sử, bạn cần viết năm bài đánh giá kịp thời cho một cuộc họp. Tuy nhiên, bạn nhận ra rằng bạn sẽ chỉ có thể hoàn thành bốn trong số chúng trong khoảng thời gian còn lại trước cuộc họp. Nếu bạn biết trước về thực tế này, bạn có thể dễ dàng ủy thác việc viết một trong các bài đánh giá cho người khác. Tuy nhiên, nếu bạn không bận tâm kiểm tra thời gian cho các nhiệm vụ của mình trước đó, bạn có thể đã không nhận ra vấn đề về thời gian của mình cho đến khi chỉ một giờ trước cuộc họp. Tại thời điểm đó, việc tìm một người nào đó để ủy thác một trong các đánh giá có thể khó khăn hơn nhiều và họ cũng khó khăn hơn để phù hợp với nhiệm vụ trong ngày của họ.

4. *Nghỉ ngơi giữa các nhiệm vụ:* Khi thực hiện nhiều nhiệm vụ mà không có thời gian nghỉ ngơi, bạn sẽ khó tập trung và thiếu động lực. Cho phép một số thời gian chết giữa các nhiệm vụ để giải tỏa đầu óc và làm mới bản thân. Cân nhắc chợp mắt một chút, đi dạo một quãng ngắn hoặc ngồi thiền.

5. *Tự tổ chức:* Sử dụng lịch của bạn để quản lý thời gian dài hạn. Viết ra thời hạn cho các dự án hoặc cho các nhiệm vụ là một phần của việc hoàn thành dự án tổng thể. Hãy suy nghĩ về những ngày có thể là tốt nhất để dành cho các nhiệm vụ cụ thể. Ví dụ: Bạn có thể cần lên kế hoạch cho một cuộc họp để thảo luận về dòng tiền vào một ngày khi bạn biết CFO của công ty đang rảnh.

6. *Loại bỏ các nhiệm vụ/hoạt động không cần thiết:* Điều quan trọng là loại bỏ các hoạt động hoặc nhiệm vụ dư thừa. Xác định điều gì quan trọng và điều gì xứng đáng với thời gian của bạn. Loại bỏ các nhiệm vụ/hoạt động không cần thiết sẽ giúp bạn có nhiều thời gian hơn để dành cho những việc thực sự quan trọng.

7. *Lên kế hoạch trước:* Hãy chắc chắn rằng bạn bắt đầu mỗi ngày với một ý tưởng rõ ràng về những gì bạn cần làm - những gì cần hoàn thành NGÀY HÔM NAY. Cân nhắc tạo thói quen, vào cuối mỗi ngày làm việc, viết ra danh sách "việc cần làm" cho ngày làm việc tiếp theo. Bằng cách đó bạn có thể chạm đất vào sáng hôm sau.

Hậu quả của việc quản lý thời gian kém:

- *Làm lãng phí thời gian:* Một ví dụ đơn giản là, nếu dành quá nhiều thời gian để nói chuyện phiếm với bạn bè trên mạng xã hội sẽ khiến bạn mất tập trung và để thời gian trôi qua vô ích. Khi không biết nhiệm vụ tiếp theo là gì, bạn sẽ mất kiểm soát cuộc sống của mình. Điều đó có thể góp phần làm tăng mức độ căng thẳng và lo lắng.
- *Chất lượng công việc giảm sút:* Nếu khách hàng hoặc sếp của bạn không thể dựa vào bạn để hoàn thành nhiệm vụ một cách kịp thời, kỳ vọng và nhận thức của họ về bạn sẽ xấu đi. Họ sẽ không còn tin tưởng, thậm chí có thể chuyển công việc của bạn cho người khác.

Không có khả năng lập kế hoạch trước và bám sát mục tiêu đồng nghĩa với hiệu quả kém. Nếu có một số nhiệm vụ quan trọng cần hoàn thành, một kế hoạch hiệu quả sẽ là hoàn thành các nhiệm vụ liên quan cùng nhau hoặc tuần tự. Tuy nhiên, nếu bạn không lên kế hoạch trước, bạn có thể phải quay đi quay lại hoặc quay ngược lại khi thực hiện công việc của mình. Điều đó có nghĩa là hiệu quả giảm và năng suất thấp hơn.

Những yếu tố gây lãng phí thời gian:

Nhận thức được những yếu tố gây lãng phí thời gian giúp sử dụng thời gian hiệu quả hơn. Các yếu tố gây lãng phí có thể là khách quan hoặc chủ quan:

- *Môi trường làm việc bừa bộn*: mất thời gian khi tìm kiếm tài liệu...
- *Những người có tính "ngồi lê đôi mách" xung quanh*: Tiếp xúc, dành quá nhiều thời gian cho họ sẽ ảnh hưởng đến kế hoạch của bạn, lãng phí thời gian, bị ảnh hưởng tâm lý trì hoãn.
- *Ngại nói "không" với mọi người*: Không biết cách từ chối sự nhờ vả của người khác khiến kế hoạch của bạn bị phá vỡ, việc tiêu tốn thời gian cho những công việc không cần thiết khiến bạn không đủ thời gian làm việc của mình...
- *Giao tiếp kém*: Không biết dừng câu chuyện đúng lúc, không biết cách vào thẳng vấn đề, dễ bị mất tập trung các thông tin khác, bị cuốn theo các câu chuyện không cần thiết... Bạn tưởng rằng những vấn đề này không tiêu tốn quá nhiều thời gian? Bạn sẽ ngạc nhiên khi cộng tổng các con số thời gian này lại.

- *Chủ nghĩa hoàn hảo*: Quan tâm dành quá nhiều thời gian cho từng việc nhỏ, làm đi làm lại, sẵn sàng lùi kế hoạch...

Mẹo lập kế hoạch, quản lý thời gian SMART:

- *S (Specific) - Cụ thể:* Xác định cụ thể việc muốn làm và mục đích muốn đạt được.
- *M (Measurable) - Đánh giá:* Đánh giá các mục tiêu, khả năng bản thân. Xây dựng kế hoạch với mốc thời gian, nội dung rõ ràng.
- *A (Achievable) - Khả năng thành công:* Lựa chọn mục tiêu, công việc phù hợp có khả năng thành công tránh phi thực tế.
- *R (Relevant) - Phù hợp:* Xem xét các mục tiêu trong toàn bộ kế hoạch có cần thiết, có khả thi không.
- *T (Timed) - Thời gian:* Xác định tổng thời gian, phân chia giai đoạn, kế hoạch bé hơn để thực hiện.

Đồng thời, cần sắp xếp công việc theo các mức độ. Tùy vào mức độ cần thiết của công việc để dành sự ưu tiên phù hợp.

Học cách quyết định

Đưa ra quyết định là một phần quan trọng của cuộc sống, nhưng nhiều người phải vật lộn để đưa ra quyết định, bằng cách này hay cách khác.

Ví dụ, một số người vốn thiếu quyết đoán gặp khó khăn trong việc đưa ra quyết định kịp thời, ngay cả khi liên quan đến những việc nhỏ nhặt, chẳng hạn như chọn món ăn cho bữa tối. Mặt khác, những người khác vội vã đưa ra quyết định quá nhanh đôi khi lại dẫn tới những quyết định không tốt cho họ, đặc biệt là khi liên quan đến những vấn đề như tài chính hoặc các mối quan hệ. Và cuối cùng, một số người nhìn chung thấy ổn khi phải đưa ra quyết định, nhưng lại gặp khó khăn khi phải đưa ra một số quyết định thay đổi cuộc đời, chẳng hạn như con đường sự nghiệp sẽ theo đuổi...

Vì việc đưa ra quyết định là một phần quan trọng của cuộc sống và chúng ta thường gặp khó khăn trong việc đưa ra quyết định đúng đắn nên việc học cách đưa ra quyết định rất hữu ích. Ở phần này, các bạn sẽ tìm hiểu về quy trình nên sử dụng để đưa ra quyết định, đồng thời xem các hướng dẫn, mẹo và kỹ thuật sẽ giúp bạn đưa ra quyết định tốt hơn, nhanh hơn và dễ dàng hơn. Điều này sẽ giúp ích cho cả bạn nói chung, cũng như nếu bạn đang phải vật lộn với một quyết định khó khăn cụ thể ngay bây giờ.

Kỹ năng ra quyết định nhanh chóng và rõ ràng là một trong những chìa khóa dẫn đến thành công. Trái ngược với quyết đoán là sự trì hoãn - kẻ trộm thời gian lớn nhất của bạn. Để có được những quyết định nhanh chóng và chính xác, bạn cần phải liên tục điều chỉnh và phát triển những quyết định của bạn, phát huy những kỹ năng để đưa ra quyết dịnh nhanh hơn và tốt hơn. Bạn cần phải loại bỏ sự do dự của chính bản thân mình.

Mỗi khi đưa ra một quyết định, có phải bạn cảm thấy đang lãng phí thời gian vào việc suy nghĩ về nó và đánh mất cơ hội làm những điều có thể nếu bạn đưa ra quyết định nhanh chóng hơn?

Dưới đây là các lời khuyên giúp bạn cải thiện kỹ năng ra quyết định hiệu quả và chính xác hơn. Để đưa ra quyết định một cách tối ưu, bạn nên lưu ý các bước sau đây như một phần của quy trình ra quyết định của mình:

- *Xác định quyết định:* Nhận ra sự cần thiết để đưa ra quyết định và tìm ra (đại khái) quyết định đó sẽ dẫn đến điều gì.
- *Xác định mục tiêu:* Tìm ra những gì bạn đang hy vọng đạt được với quyết định và tầm quan trọng của từng mục tiêu đối với bạn.
- *Thu thập thông tin:* Thu thập thông tin bạn cần để đưa ra quyết định.
- *Xác định các lựa chọn:* Chỉ ra những tùy chọn có sẵn cho bạn.
- *Đánh giá các lựa chọn:* Xác định ưu và nhược điểm của các tùy chọn có sẵn, đặc biệt khi chúng liên quan đến mục tiêu của bạn.

Nếu cần, bạn có thể di chuyển qua lại giữa các bước này và thực hiện các sửa đổi trong quá trình thực hiện. Ví dụ: Nếu bạn phát hiện ra rằng không có tùy chọn nào có sẵn giúp bạn đạt được mục tiêu chính của mình, thì bạn có thể quay lại và đánh giá lại các mục tiêu, sau đó thu thập thêm thông tin tương ứng.

Bạn đừng để bản thân dễ dàng bị ảnh hưởng bởi suy nghĩ/quan điểm của người khác, mà chỉ nên nhận lời khuyên từ một số rất ít người bạn tin tưởng. Đúng là bạn nên hỏi ý kiến người khác nhưng cũng không sai khi chỉ có bạn mới có thể đưa ra quyết định về những tình huống quan trọng của chính mình. Ý kiến của những người xung quanh chỉ mang tính chất tham khảo. Bạn sẽ thấy dễ dàng hơn để đưa ra quyết định nếu bạn không chú ý đến ý kiến của những người khác hoặc thậm chí tệ hơn, sợ hãi nếu như bạn để ý tới ý kiến đó và băn khoăn về quyết định của mình. Khi cần nhận sự giúp đỡ trong việc xem xét quyết định của bạn từ những người khác, hãy tìm một người nào đó hoặc một số ít người có thể giúp bạn xem xét lại những quyết định. Họ phải là những người có hiểu biết về những gì bạn đang mong muốn hướng tới, nếu có kinh nghiệm hoặc đã thành công trong việc bạn đang hỏi ý kiến thì càng tốt.

Một khi bạn đã đưa ra quyết định, hãy kiên định với nó. Đừng thay đổi quyết định chỉ 5 phút sau đó. Đồng thời hãy ghi nhớ quyết định của mình và nhắc nhở bản thân lý do bạn quyết định như vậy.

Hãy luôn nhớ rằng, tính quyết đoán rất quan trọng để thành công; và sự chần chừ sẽ đánh cắp thời gian và lãng phí cơ hội đang ở ngay trước mắt bạn.

Xây dựng thói quen hiệu quả

Ai cũng biết thói tham ăn tục uống, xu hướng trút giận lên người khác hay hút thuốc lá để giảm căng thẳng... là không tốt. Giải pháp đưa ra là loại bỏ và thay thế chúng bằng những thói quen lành mạnh. Vậy ta nên bắt đầu từ đâu?

Chúng ta luôn vô thức làm mọi thứ theo cùng một cách mỗi ngày mà không cân nhắc đến hiệu quả hay hậu quả của những thói quen đó.

Thực chất, không phải thói quen nào cũng tốt và lành mạnh. Ví dụ như, chúng ta về nhà sau giờ làm việc mỗi ngày, theo thói quen, ta tìm đến một thức uống có cồn để thư giãn thay vì lên máy chạy bộ. Điều này chắc chắn ảnh hưởng xấu đến sức khỏe. Hoặc trong khi xem ti vi, chúng ta tranh thủ nhấm nháp một đĩa khoai tây chiên, kèm theo một cốc Coca Cola thay vì ăn rau và uống nước ép trái cây. Hậu quả là sức khỏe dần kém đi.

Rất khó để xây dựng những thói quen tốt. Điều đó đặc biệt đúng nếu bạn muốn gắn bó lâu dài với chúng. Rất may, có một vài chiến lược đơn giản mà bạn có thể sử dụng để xây dựng những thói quen tốt và loại bỏ những thói quen xấu.

Bắt đầu với một thói quen dễ đến mức bạn không thể từ chối

Phần quan trọng nhất của việc xây dựng một thói quen mới là luôn nhất quán. Không quan trọng bạn thể hiện tốt như thế nào vào bất kỳ ngày nào. Nỗ lực bền bỉ là điều tạo nên sự khác biệt thực sự.

Vì lý do đó, khi bạn bắt đầu một thói quen mới, sẽ dễ dàng đến mức bạn không thể từ chối nó. Trên thực tế, khi bắt đầu một hành vi mới sẽ dễ dàng đến mức gần như buồn cười.

- Bạn muốn xây dựng thói quen tập thể dục? Mục tiêu của bạn là tập thể dục trong 1 phút hôm nay.
- Bạn muốn bắt đầu một thói quen viết? Mục tiêu của bạn là viết ba câu ngày hôm nay.

- Bạn muốn tạo thói quen ăn uống lành mạnh? Mục tiêu của bạn là ăn một bữa ăn lành mạnh trong tuần này.

Không thành vấn đề nếu bạn bắt đầu từng mục tiêu, thói quen nhỏ và sau đó tăng cường mức độ sau một khoảng thời gian nhất định. Bạn không cần phải tham gia phòng tập, viết sách hay thay đổi toàn bộ chế độ ăn uống ngay từ đầu.

Thói quen không kéo dài, cần có sự chuẩn bị nhất định và tạo ra động lực cho sự thay đổi đó

Ví dụ, bạn đang viết một cuốn sách, nhưng bạn bị mất cảm hứng, mãi bạn không hoàn thành nó. Hãy tạo cảm hứng cho mình trong quá trình sáng tạo, có thể nghỉ giữa các khoảng thời gian giữa các phần, đi tản bộ hoặc uống một ly cà phê. Một người viết chuyên nghiệp thực sự là dù mất cảm hứng vẫn tự điều chỉnh để hoàn thành công việc của mình.

Điều này có vẻ vô cùng rõ ràng, nhưng bạn cần chỉ ra: Nếu muốn có một kết quả khác, bạn sẽ phải làm điều gì đó khác so với hiện tại đang làm. Những gì bạn đang làm ngay bây giờ (và đối với tôi, nó mất ba tuần để không viết, sau đó một ngày nhấn mạnh về cách viết) không giúp bạn đạt được kết quả mình muốn.

Nếu bạn không nhận được những gì mình muốn, thì những gì bạn đang làm là không làm việc. Để có được những gì bạn muốn, bạn cần phải thay đổi.

Bạn muốn làm gì khác để có được thứ mình muốn?

Làm thế nào bạn có thể thay đổi thói quen của bạn để có được nhiều hơn những gì bạn muốn?

Hãy thay đổi thói quen, ngay bây giờ.

Nghĩ ngược lại và làm khác đi

Cuộc sống vốn là thế giới đa dạng, phong phú, đầy màu sắc và mỗi người là một cá thể độc lập với những quan điểm sống khác nhau. Vậy nên, khó có thể bắt người khác giống mình về sở thích, thói quen, tính cách... Điều quan trọng là mỗi người phải biết chấp nhận và tôn trọng sự khác biệt của người khác.

Muốn có được suy nghĩ và hành xử đúng đắn, chúng ta cần biết chấp nhận sự khác biệt, hướng đến một cách sống bao dung, rộng lượng. Điều đó giúp bạn có được cuộc sống chan hòa với mọi người và có thêm nhiều cơ hội tốt trong cuộc sống. Chấp nhận cuộc sống như nó vốn có, điều đó có nghĩa là bạn đang tiến dần đến sự chín chắn, trưởng thành. Nếu bạn biết tôn trọng sự khác biệt của người khác, tôn trọng quyền tự do cá nhân của mỗi người, bạn sẽ nhận được sự tôn trọng của mọi người, cuộc sống rồi sẽ mỉm cười với bạn. Tôn trọng sự khác biệt không phải là đánh mất mình, mà là văn hóa ứng xử cần phải có của mỗi người. Tôn trọng sự khác biệt, bạn sẽ hạn chế làm người khác tổn thương chỉ vì những định kiến nông nổi của mình.

Mỗi người đều có cách sống riêng. Chúng ta không nên vội vàng đánh giá người khác chỉ dựa vào những biểu hiện bề ngoài, vì đó chưa phải là tất cả để nói lên bản chất của một người. Nên sống tốt cuộc sống của mình, không kỳ thị, soi mói, xâm phạm vào đời tư của người khác. Sống với thái độ kỳ thị chỉ làm cho mối quan hệ của chúng ta ngày càng xấu đi. Ai cũng có một lẽ sống, một niềm tin, họ sống và suy nghĩ theo cách riêng. Chúng ta cần phải nhìn nhận và tôn trọng điều đó, không nên áp đặt, bắt họ sửa đổi theo ý muốn của mình. Chính sự khác biệt của mỗi người tạo nên một bức tranh đa dạng của cuộc sống. Vì vậy, chúng ta phải biết dung hòa và chấp nhận sự khác biệt.

Cuộc sống luôn chứa đựng những điều tốt đẹp. Để cảm nhận được điều đó, hãy dùng tấm lòng bao dung, đồng thời gạt bỏ những suy nghĩ xấu về người khác và quan tâm đến những điều tốt đẹp và sự tử tế của họ. Mỗi người có một giá trị riêng, chấp nhận và tôn trọng giá trị của người khác cũng là trân trọng chính mình. Chúng ta không cần phải hạ thấp ai để khẳng định giá trị của bản thân.

Nếu biết đón nhận sự khác biệt trong cuộc sống, mối quan hệ của chúng ta ngày càng được mở rộng và gần gũi hơn. Mỗi người với một quan điểm sống, một trạng thái cảm xúc riêng sẽ điểm xuyết thêm nhiều sắc màu cho cuộc sống.

Nghĩ lớn: Khi bạn làm những điều lớn lao, sẽ dễ dàng hơn là làm những điều nhỏ bé.

Tôi biết nghe có vẻ kỳ cục, nhưng hãy để tôi giải thích, nó không có gì là mâu thuẫn với câu nói "Người có thể dời non là người chịu nhặt những hòn sỏi nhỏ". Tôi sẽ giải thích điều đó ngay bây giờ.

Khi bạn làm những điều lớn lao, sẽ có nhiều người muốn giúp bạn, vì thế những người tài giỏi sẽ ở xung quanh bạn, phụ giúp bạn, và công việc của bạn trở nên dễ dàng hơn, so với tự mình làm hàng loạt điều nhỏ bé.

Nếu bạn biết rằng, những nhà đầu tư ở thung lũng Silicon chỉ đầu tư cho những công ty muốn thay đổi thế giới, bạn có thay đổi quan điểm của mình?

Hãy sẵn sàng đánh đổi cả tương lai cho mơ ước của mình, bạn phải luôn kiên định với mục tiêu, mặc kệ những người thích nói mình thực tế mà cười nhạo bạn.

Hãy nhớ rằng: Kẻ bỏ cuộc không bao giờ chiến thắng, người chiến thắng không bao giờ bỏ cuộc.

Nghĩ khác: Nếu có ai đó không nghĩ lớn như bạn thì sao?

Một nhà vô địch marathon về đích trong khoảng thời gian 1 giờ 50 phút. Sau cuộc đua, có một người phụ nữ đến gặp anh ta và nói: "Anh thật tuyệt, anh chạy quãng đường mà tôi phải mất đến hơn 5 giờ để hoàn tất chỉ trong vòng chưa đầy 2 giờ".

Nhà vô địch suy nghĩ một thoáng về lời nói tử tế của người phụ nữ rồi đáp lại: "Bà cũng thật tuyệt, tôi không nghĩ là mình có thể chạy liên tục trong suốt 5 tiếng".

Bạn thấy đấy, trong cuộc sống, có rất nhiều quan điểm trái ngược và cách nghĩ khác nhau. Vậy tại sao phải quan trọng hóa chuyện một người nào đó không nghĩ giống bạn? Tại sao phải làm cho chuyện này trở nên phức tạp?

Bạn không có đủ thời gian để khiến người khác có cùng cách nghĩ như mình.

Nhưng bạn có đủ thời gian để chia sẻ những gì mình học được với mọi người.

"Knowledge shared is knowledge multiplied". Chỉ khi bạn chia sẻ kiến thức của mình, kiến thức của bạn mới thực sự có giá trị. Tin tôi đi, chỉ khi nào bạn thực sự hành động [chia sẻ], bạn mới hiểu được câu nói trên.

Hãy nghi lớn!

Nghĩ hiện tại: Bạn tìm thấy sự thỏa mãn trên chặng đường thực hiện ước mơ, chứ không phải khi đã đạt được nó.

Tôi biết, lại thêm một điều kỳ cục nữa mà tôi nói. Nhưng cuộc đời là một cuộc hành trình (a journey), chứ không phải là một đích đến (a destination). Khi bạn đi trên con đường, nghĩa là bạn còn thưởng thức hoa thơm cỏ lạ trên con đường đó, vì vậy hãy chú ý đến tốc độ của bạn. Những trở ngại làm nên con đường của bạn. Nếu con đường bạn đi chẳng có một trở ngại nào, điều đó chỉ có nghĩa là nó chẳng đưa bạn đến đâu cả. Khi đã chạm đích, gần như ngay lập tức bạn phải tìm kiếm ngay chuyến đi tiếp theo. Nếu bạn không còn nhìn thấy bất kỳ con đường nào nữa thì nơi bạn nên "đến" chính là nghĩa trang của thành phố.

Tôi sẽ tiếp tục nói ra những điều kỳ cục: Tôi tin rằng nếu Steve Jobs không bị sa thải khỏi Apple thì Apple sẽ không còn tồn tại cho đến ngày hôm nay. Tại sao? Việc bị sa thải đã mang đến cho Steve Jobs một khởi đầu mới. Và sự trở lại của Steve Jobs là sự trở lại của một con người mới về thái độ, tầm nhìn và vốn sống, để dẫn dắt Apple vươn lên đỉnh cao của thế giới.

Bạn thấy đấy, kẻ thù lớn nhất của đời người chính là sự tự mãn.

Khi bạn đã không thể thắng được chính bản thân mình, thì bạn không thể thay đổi thế giới. Khi bạn đã chiến thắng được đối thủ mạnh nhất - là chính bạn, bạn còn sợ gì chuyện thắng ai và thua ai?

Nếu một người muốn làm điều gì đó tốt đẹp cho thế giới này, chúng ta chẳng ngần ngại gì mà không hết mình giúp anh ta. Quan điểm của tôi về sự thành công là: Chính thành công của những người đã từng cộng tác với tôi mới là thước đo cho sự thành công của tôi.

Tôi muốn kết thúc bài viết này bằng một câu chuyện.

Trong rạp phim, một người bạn đã nói với tôi về ước mơ của anh ta, nó rất lớn lao (bây giờ thì tôi thấy nó rất khả thi), và thật tuyệt là nó thật sự làm cho thế giới tốt đẹp hơn. Khi nghe về giấc mơ của anh bạn tôi, những người xem phim xung quanh cười giễu (tôi đã để ý rằng tình huống lúc đó của bộ phim không có gì gây cười), như có ý châm chọc "anh hãy thực tế một chút đi".

Sự thực là, sau khi họ ngừng cười, tôi cũng cười. Nhưng tôi cười những kẻ đã cười nhạo giấc mơ của người khác, họ không hiểu gì cả, vì họ tin vào điều chẳng dúng chút nào, rằng giới hạn của họ là thước đo đúng đắn cho mọi giới hạn.

Thử thách giúp bạn phát triển

Mỗi người đều có một khả năng, một hoàn cảnh riêng, vì vậy khi đối mặt với khó khăn mỗi người sẽ có cách xử lý khác nhau. Với người lạc quan, họ xem mỗi khó khăn là một cơ hội. Ngược lại, những người thiếu tự tin lại thấy khó khăn đó vượt quá khả năng, họ vội buông xuôi ngay khi mới bắt đầu. Vì ngần ngại vượt qua thử thách, không ít người bỏ lỡ những cơ hội thay đổi cuộc sống của mình. Đừng vội nản chí, bạn sẽ thấy mỗi lần vượt qua khó khăn, bạn lại có thêm nhiều kinh nghiệm. Khó khăn gian khổ sẽ giúp chúng ta trưởng thành hơn.

Bạn nên biết, nếu muốn thành công thì đừng ngại khó khăn. Khi gặp khó khăn, chúng ta phải dũng cảm đối mặt, có như vậy mới có thể thay đổi mọi thứ xung quanh. Thái độ can đảm giúp bạn có được cuộc sống ý nghĩa hơn, can đảm để chấp nhận và vượt qua thử thách. Một khi vượt qua được, bạn mới có thể nhìn lại những gì mình đã làm và không để cho những thất bại trở thành nguyên do khiến bạn gục ngã. Thay vào đó, chúng ta có thể lấy lại niềm tin và lòng can đảm để đi đến thành công.

Hãy dũng cảm đối mặt khó khăn, sau đó cố gắng tìm ra vấn đề để giải quyết. Khó khăn không phải là một vấn đề, chỉ khi bạn không thể tìm ra vấn đề để khắc phục thì nó mới trở thành vấn đề. Sẵn sàng, tự tin vào khả năng của mình, chắc chắn bạn dễ dàng tìm ra cách để giải quyết những khó khăn. Khó khăn làm chúng ta phải vận dụng mọi năng lực và có thêm động lực rèn luyện bản thân.

Khi đối diện thử thách, bạn nên sử dụng thái độ tích cực để đối mặt. Suy nghĩ tích cực tạo cho bạn cuộc sống tích cực, ngược lại suy nghĩ tiêu cực sẽ cản trở bước đi của bạn. Nếu con đường bạn đi quá bằng phẳng, bạn sẽ không có cơ hội phát huy hết khả năng của mình. Nếu công việc lúc nào cũng thuận lợi, bạn sẽ không thể học hỏi được những kinh nghiệm xử lý tình huống.

Bạn không thể trưởng thành nếu không có thử thách khác trong đời. Để tôi cho bạn một ví dụ, giả sử bạn là người giàu nhất thế giới. Bạn sở hữu mọi công ty trên thế giới. Bạn không có bất kỳ đối thủ cạnh tranh. Vậy mục đích sống của bạn là gì? Bạn đã làm đi làm lại bất kỳ điều gì có thể, giờ thì sao? Bạn không thể học bất cứ điều gì mới!

Thử thách khiến bạn sáng tạo hơn

Những thử thách buộc bạn phải khai thác khả năng sáng tạo của mình để tìm ra cách vượt qua chúng. Một số ý tưởng hay nhất được hình thành khi bạn đang cảm thấy khó khăn trước mắt.

Thử thách giúp bạn mạnh mẽ hơn

Để xây dựng sức mạnh thể chất, bạn phải tập luyện tích cực, đến mức rã rời tay chân, người mỏi nhừ từng ngày. Những thách thức cũng chính là sự mệt nhoài như vậy. Khi bạn vượt qua những thử thách, bạn ngày càng trở nên mạnh mẽ và can đảm hơn.

Thử thách giữ cho bạn sự khiêm tốn

Những thử thách nhắc nhở bạn rằng bạn là con người: bạn không biết mọi thứ; bạn không thể thấy trước mọi thứ; bạn không thể kiểm soát mọi thứ; bạn có những hạn chế; bạn có điểm yếu; bạn phạm sai lầm. Những thử thách nhắc nhở bạn rằng bạn mong manh.

Những người thành công luôn biết tìm kiếm cơ hội cho dù đó là một môi trường đầy thử thách. Muốn thành công, bạn cần phải xác định thành công không phải là đích đến cuối cùng, thất bại không phải vực sâu, đó chỉ là động lực để bạn vững vàng bước tiếp. Kiên trì đến giây phút cuối cùng, kiên định không chút do dự trước mọi thách thức. Luôn mỉm cười và vui vẻ đón nhận những trở ngại phía trước vì điều đó là cơ hội cho bạn, cho tôi và cho tất cả mọi người.

Kiên trì học hỏi đóng gói thành công

Ở mỗi giai đoạn của cuộc đời, cho dù bạn có đạt được bao nhiêu thành công hay đạt được bao nhiêu mục tiêu, thì chắc chắn cũng sẽ có những rào cản và trở ngại cản đường bạn. Để vượt qua những thử thách này và tiến về phía trước, bạn cần có sự kiên trì.

Khi đối mặt trở ngại hoặc thử thách, cần không ngừng cố gắng và tìm ra cách để tiếp tục tiến về phía trước. Đây là một kỹ năng quan trọng có thể dẫn đến thành công lớn hơn trong mọi lĩnh vực của cuộc sống - ở trường học, nơi làm việc, trong cuộc sống cá nhân và nhiều lĩnh vực khác.

Thật dễ dàng để từ bỏ khi mọi thứ trở nên khó khăn. Bạn rất dễ mất hy vọng và nghĩ rằng mình không thể vượt qua một tình huống khó khăn hoặc thậm chí không thể hoàn thành một việc gì đó.

Mọi người thường không nỗ lực để học một cái gì đó bởi vì họ sợ rằng họ sẽ không thể làm được, sợ thất bại, sợ mất thời gian... Tất cả chúng ta đều có nhiều việc phải làm trong cuộc sống mà thời gian của chúng ta thì có hạn, vì vậy việc từ bỏ có vẻ dễ dàng hơn là kiên trì trong những tình huống khó khăn như thế này.

Hãy học hỏi từng phút, từng giây để không ngừng phát triển bản thân mình hơn nữa. Chắc chắn, mỗi ngày bạn sẽ thu được rất nhiều kiến thức bổ ích đó.

Tự học hỏi

Khi trưởng thành, việc không ngừng học hỏi các kỹ năng đem lại giá trị vô giá đối với mọi lĩnh vực trong cuộc sống của bạn. Tự học hỏi cũng làm tăng nền tảng kiến thức, từ đó sẽ tăng sự kết nối và những mối quan hệ xã hội của bạn, đem đến cho bạn những chủ đề rộng mở hơn để thảo luận và tranh luận. "Mây tầng nào gặp mây tầng đó", bạn hãy luôn nhớ điều đó nhé!

Đạt được sự tự tin

Cho dù kiến thức, kỹ năng bạn mới học được có giúp công việc tốt hơn hay đặt ra thêm những thách thức thì chắc chắn một điều rằng, sự tự tin của bạn sẽ tăng lên. Có thêm một chút kiến thức sẽ giúp bạn cảm thấy tự tin hơn khi thảo luận về các chủ đề liên quan. Ví dụ, thử thách bản thân bằng việc nâng cao kiến thức địa lý, lịch sử có vẻ không tác động nhiều tới cuộc sống hàng ngày của bạn, nhưng chắc chắn giúp bạn thêm tự tin trong các cuộc trò chuyện về lĩnh vực này.

Trình độ học vấn tỷ lệ thuận với tuổi thọ

Có một nghiên cứu khoa học liên quan đến mối quan hệ giữa trình độ học vấn và tuổi thọ. Về cơ bản, trình độ học vấn càng cao thì bạn sẽ sống càng lâu. Ghi nhớ và tăng kiến thức theo bất kỳ cách nào sẽ có tác dụng tích cực đối với sức khỏe của bạn cả về thể chất và tinh thần. Những người có kiến thức, hiểu biết rộng chắc chắn cũng sẽ hiểu được cách bảo vệ và tăng cường sức khỏe lâu dài.

Học hỏi cũng là cách tận hưởng cuộc sống

Khi bạn trưởng thành, bạn sẽ nhận ra cuộc sống này thực sự ngắn ngủi. Ngoài thời gian học tập và rèn luyện, bạn còn phải dành thời gian cho gia đình, các mối quan hệ và các hoạt động vui chơi của bản thân.

Nếu bạn thích một cái gì đó, bạn sẽ dành thời gian và công sức để mày mò và khám phá nó một cách xuất sắc nhất. Học tập có thể là niềm vui, nếu bạn muốn vui vẻ. Từ việc học qua các trò chơi và câu đố cho đến những thử thách cá nhân, bạn càng có nhiều động lực để làm thì kết quả bạn nhận được càng tốt. Cuộc sống chỉ có ý nghĩa khi bạn học tập và làm việc hết mình, không ngừng phấn đấu để hoàn thiện bản thân và đạt được những mục tiêu trong cuộc sống.

Khi bạn làm việc hướng tới mục tiêu và ước mơ của mình, sẽ có những trở ngại và thất bại. Nhưng nếu kiên trì, bạn sẽ tiến bộ và được đền đáp về lâu dài.

Khi sinh viên đặt ra mục tiêu đạt được bằng cấp hoặc chứng chỉ, họ phải vượt qua các khóa học đầy thử thách, các bài tập và các kỳ thi khó.

Nếu muốn trở thành phiên bản tốt nhất của chính mình, vận động viên phải tiếp tục tập luyện chăm chỉ, ngay cả khi thất bại hay bị thương trong cuộc thi.

Và nếu mục tiêu của bạn là được thăng chức trong công việc hoặc bắt đầu công việc kinh doanh của riêng mình, đôi khi bạn phải làm việc thật chăm chỉ trước khi nhìn thấy kết quả đầu tiên dưới dạng tăng doanh thu hoặc có khách hàng và khách hàng công nhận.

Hãy trau dồi kiến thức theo bất cứ cách nào bạn muốn, học bất cứ điều gì bạn yêu thích để tận hưởng trọn vẹn cuộc sống này.

Chính tôi quyết định khả năng của tôi

Giá trị của bạn không chỉ thể hiện ở khả năng, thế mạnh của bạn mà còn thể hiện ở những điều quan trọng với bạn trong cuộc sống. Và việc hiểu đúng giá trị của bản thân là điều cần thiết. Tuy nhiên, ngay cả khi hiểu rõ giá trị của mình, đôi khi chúng ta vẫn không kiên định sống với các giá trị đó.

Bạn có bao giờ rơi vào một trong những trường hợp này chưa: Ai đó nói hay làm điều gì đó khiến bạn không hài lòng, muốn phản đối, nhưng bạn im lặng, không nói ra, rồi sau đó lại cảm thấy bất mãn? Bạn đặt ra những mục tiêu cho chính mình nhưng không có quyết tâm để thực hiện chúng? Bạn luôn tìm cách làm vừa lòng người khác, đến mức không tin tưởng vào giá trị của mình?

Cuộc đời hay sự nghiệp không phải lúc nào cũng tiến triển theo cách mà chúng ta mong muốn. Điều bạn mong muốn thường xung đột với những gì bạn phải làm - hay nói cách khác là bạn "vấp chân" bởi hai chữ "thực tế".

Nếu bạn rơi vào những tình huống như trên, thì hướng dẫn này sẽ giúp ích cho bạn. Trước tiên, bạn cần hiểu giá trị cá nhân là gì và vai trò của giá trị cá nhân. Sau đó, bạn có thể xác định và đặt thứ tự ưu tiên cho những mong muốn của mình, thay đổi chúng nếu cần. Nên nhớ rằng, bạn cần phải yêu thương và trân trọng bản thân, đồng thời tập trung vào những gì quan trọng với bạn.

Giá trị cá nhân là gì?

Hãy bắt đầu với một định nghĩa về giá trị cá nhân. Giá trị cá nhân là những điều quan trọng với chúng ta, các tính cách và thói quen tạo động lực và định hướng các quyết định của chúng ta.

Có thể bạn coi trọng sự trung thực. Bạn tin vào sự trung thực bất cứ khi nào có thể và bạn nghĩ rằng nói ra điều mình thực sự nghĩ rất quan trọng. Khi bạn không nói ra những gì bạn nghĩ, bạn có thể thấy thất vọng về bản thân.

Hoặc có thể bạn coi trọng sự hảo tâm. Bạn luôn sẵn sàng ra tay khi có cơ hội giúp đỡ người khác, bạn hào phóng trong việc cống hiến thời gian, nguồn lực của mình cho những lý tưởng xứng đáng, hoặc cho bạn bè và gia đình.

Đó chỉ là hai ví dụ về giá trị cá nhân, trong số rất nhiều giá trị khác. Mọi người đều có giá trị cá nhân của riêng mình và chúng có thể rất khác biệt. Một vài người thích cạnh tranh, trong khi những người khác coi trọng sự hợp tác. Vài người thích phiêu lưu, một số người khác thích an toàn hơn.

Các giá trị quan trọng vì bạn thường cảm thấy khá hơn nếu bạn sống đúng với giá trị của mình và thấy tệ nếu không làm được. Điều này áp dụng với cả những quyết định thường ngày và những lựa chọn lớn hơn trong đời.

Nếu bạn coi trọng sự phiêu lưu, bạn có thể cảm thấy ngột ngạt nếu để bản thân bị áp lực bởi cha mẹ hay những người xung quanh để đưa ra các lựa chọn "an toàn", chẳng hạn như: công việc văn phòng ổn định, cuộc sống quanh quẩn trong nhà... Với bạn, một sự nghiệp liên quan đến du lịch, thành lập doanh nghiệp riêng, hay các cơ hội khác rủi ro và phiêu lưu có thể thích hợp hơn.

Mặt khác, nếu bạn coi trọng sự an toàn thì việc có cơ hội đi du lịch quanh thế giới hay làm chủ doanh nghiệp có thể khiến bạn cảm thấy bất an. Bạn thiên về mong muốn và khát khao sự tồn tại ổn định hơn.

Mọi người đều khác nhau, và điều khiến một người hạnh phúc có thể khiến một người khác lo lắng hay mất cảm xúc. Xác định giá trị cá nhân của bạn và sau đó sống với chúng có thể giúp bạn cảm thấy viên mãn hơn và đưa ra những lựa chọn khiến bạn hạnh phúc, thậm chí cả khi chúng không mấy ý nghĩa với người khác. Bạn sẽ tìm được cách để làm điều đó trong các phần sau.

Làm thế nào để xác định giá trị cá nhân của bạn?

Điều gì khiến bạn cảm thấy dễ chịu? Đó là một khởi điểm tốt khi cố nhận ra giá trị cá nhân của mình, chúng ta hãy nói tới là những tính cách hay cách thức cư xử trên thế giới. Như chúng ta đã thấy ở phần trên, ai đó coi trọng sự trung thực sẽ cảm thấy dễ chịu khi họ nói thật.

Dưới đây là một số câu hỏi giúp bạn nắm được giá trị chính mình:

- Những gì là quan trọng đối với bạn trong cuộc sống?

- Nếu bạn có thể có bất kỳ sự nghiệp nào, mà không cần lo lắng về tiền bạc hoặc các khó khăn thực tế, bạn sẽ làm gì?
- Khi bạn đang đọc tin tức, loại câu chuyện hoặc hành vi nào có xu hướng truyền cảm hứng cho bạn?
- Những loại câu chuyện hoặc hành vi nào làm cho bạn tức giận?
- Những điều gì bạn muốn thay đổi cho thế giới hoặc về bản thân?
- Bạn tự hào điều gì nhất?
- Bạn đã thấy hạnh phúc nhất khi nào?

Để hiểu hơn giá trị của bản thân, bạn cũng có thể:

- Viết ra 7 mục tiêu nhỏ trong tuần và đánh dấu vào một mục tiêu mỗi ngày khi bạn đạt được nó.
- Đọc ít nhất một cuốn sách một tháng.
- Vào cuối mỗi ngày trước khi đi ngủ, hãy viết ra điều gì đó mà bạn cảm thấy tự hào, trong ngày hoặc trong quá khứ.
- Nói với người khác rằng bạn đánh giá cao họ như thế nào. Có thể cởi mở và trung thực là điều tuyệt vời để nâng cao giá trị bản thân.

- Nói không! Học kỹ năng nói không mà không làm mất lòng người hỏi.
- Mọi thứ bạn làm, hãy làm hết khả năng của mình ngay cả khi đó là dọn dẹp nhà vệ sinh hay một việc gì đó bình thường không kém, hãy trở thành chuyên gia trong mọi việc bạn làm.
- Hãy đi bộ như thể bạn có một nơi nào đó để đi và bạn cần phải đến đó ngay bây giờ, đừng bao giờ chạy mà hãy bước thật nhanh và thật cao.
- Hãy ăn mặc lịch sự nhất có thể cho mỗi dịp, cho dù đó là công việc, gặp gỡ bạn bè hay đi phỏng vấn. Hãy tự hào về ngoại hình của bạn.
- Làm một cái gì đó cho chính mình mỗi ngày.
- Học một kỹ năng mới hoặc những điều ban muốn mà chưa dám thử.
- Hãy hát hết cỡ, không phải ở bên ngoài mà là ở trong nhà và thực sự hát hết mình (Tôi thích hát hết cỡ bài hát *Không phải dạng vừa đâu* của Sơn Tùng MTP. Ồ! Thật là một cảm giác tuyệt vời).
- Tha thứ cho chính mình! (Bạn có hiểu ý tôi không?)

- Loại bỏ những người đang kéo bạn xuống (Ý tôi không phải là giết họ, chỉ cần ngừng nghĩ tới họ trong cuộc sống của bạn).
- Làm việc dựa trên thế mạnh của bạn: không ngừng nâng cao những gì bạn giỏi, thay vì chỉ nhăm nhăm tìm cách khắc phục điểm yếu.
- Đi dạo dưới mưa... Tại sao? Đơn giản chỉ vì bạn thích!
- Lắng nghe người khác và những gì họ đang nói.
- Khi đạt được thành tựu gì đó dù nho nhỏ, hãy cứ tự thưởng cho mình.
- Đừng để bất kỳ ai ép buộc bạn phá bỏ những giá trị cốt lõi của mình.
- Ngừng buôn chuyện!
- Giúp đỡ những người khác cần nó.
- Luôn luôn trung thực với chính mình và những người khác.
- Hãy nắm bắt cơ hội và chấp nhận một hoặc hai rủi ro. Hãy nhớ rằng, bạn không còn nhiều thời gian để sống.
- Đừng ngại nhận sự giúp đỡ từ người khác,

điều đó có nghĩa là họ đủ tôn trọng bạn để giúp bạn một việc gì đó.

- Thay đổi suy nghĩ để lạc quan hơn về bản thân. Thay vì nói "Tôi không thể làm điều đó" hãy nói "Tôi chưa làm bao giờ, nhưng tôi sẽ thử".
- Đối mặt những nỗi sợ của bạn và chinh phục chúng.

PHẦN III

Bạn - phiên bản hoàn hảo của chính mình

Luôn biết lắng nghe

Giao tiếp tốt bao gồm hai yếu tố: giỏi ăn nói và biết lắng nghe. Nhưng rất nhiều người thường quên mất vế thứ hai.

Lắng nghe tưởng chừng là điều rất đơn giản nhưng lại không dễ dàng với rất nhiều người. Chính vì thế, họ đã bỏ lỡ nhiều điều ý nghĩa trong đời.

Vì sao ư? Dưới đây là các lý do nói tới việc vì sao lắng nghe rất quan trọng:

Lắng nghe giúp bạn xây dựng niềm tin

Khi bạn cố gắng lắng nghe ai đó, họ sẽ nhận ra sự quan tâm của bạn. Họ cảm nhận được bạn rất tôn trọng họ. Điều này khiến họ thoải mái và cởi mở hơn khi chia sẻ với bạn. Nếu bạn chỉ nghe nửa vời, không tập trung vào họ hoặc liếc nhìn điện thoại, họ sẽ không muốn lãng phí thời gian cho bạn.

Lắng nghe làm giảm hiểu lầm

Hiểu lầm là một trong những tác động phổ biến nhất của việc giao tiếp kém. Khi mọi người không lắng nghe nhau, rất dễ nghe nhầm điều gì đó hoặc hiểu sai ý của ai đó. Nhiều khi hiểu lầm không phải là vấn đề lớn, nhưng trong một số trường hợp lại có thể gây ra hậu quả lớn. Ví dụ: Nếu ai đó không lắng nghe khi bạn của họ giải thích rằng họ bị dị ứng thực phẩm nào đó, thì việc phục vụ họ một món ăn có thành phần nguy hiểm có thể đe dọa đến tính mạng của họ.

Lắng nghe giúp loại bỏ xung đột

Kỹ năng lắng nghe kém là gốc rễ của rất nhiều xung đột. Bên cạnh việc đôi khi gây ra hiểu lầm, việc không biết lắng nghe còn khiến những người tham gia vào các cuộc trò chuyện quan trọng nản lòng. Mọi người muốn cảm thấy được tôn trọng, điều này gắn liền với cảm giác được lắng nghe. Bạn không nhất thiết phải đồng ý, nhưng chỉ cần nỗ lực lắng nghe quan điểm khác sẽ giúp tình hình trở nên tốt hơn. Khi mọi người cảm thấy không khí nói chuyện dễ chịu, họ sẽ bình tĩnh hơn và không khiến mọi việc trở nên căng thẳng.

Lắng nghe cải thiện các mối quan hệ tình yêu, hôn nhân

Bằng cách lắng nghe lẫn nhau, bạn tạo ra một nơi an toàn, không ai phán xét ai. Những cặp đôi yêu nhau hay vợ chồng sẽ muốn và thoải mái chia sẻ với nhau nhiều hơn, để hiểu, bao dung và vị tha cho nhau hơn. Từ đó giúp họ giữ gìn và phát triển sự bền chặt trong tình yêu.

Lắng nghe cải thiện mối quan hệ kinh doanh

Nếu sự nghiệp của bạn liên quan đến việc cần giao tiếp nhiều, bạn sẽ biết giao tiếp tốt quan trọng như thế nào. Những hiểu lầm và xung đột có thể làm hỏng các dự án và mang lại tiếng xấu cho công ty. Bằng cách cam kết lắng nghe tốt hơn, bạn có thể xây dựng mối quan hệ bền chặt với đồng nghiệp và khách hàng. Mọi người sẽ cảm thấy được tôn trọng và mong muốn được làm việc với bạn nhiều hơn.

Lắng nghe cải thiện kỹ năng lãnh đạo của bạn

Nếu muốn trở thành một nhà lãnh đạo giỏi, đáng tin cậy, bạn nên trở thành một người biết lắng nghe. Lắng nghe giúp bạn hiểu nhân viên hơn, nhân viên cũng sẵn sàng chia sẻ với bạn nhiều ý tưởng hơn. Điều đó khiến mối quan hệ giữa bạn và nhân viên ngày một tốt hơn và cùng nhau hướng tới mục tiêu chung, mang lại hiệu quả kinh doanh cao nhất có thể.

Vậy làm thế nào để cải thiện kỹ năng lắng nghe?

- *Ngừng nói*: Bạn không thể lắng nghe nếu bạn nói quá nhiều.
- *Tập trung vào đối phương*: Tích cực tập trung sự chú ý của bạn vào lời nói, ý tưởng và cảm xúc của họ.
- *Thấu hiểu đối phương*: Cố gắng đặt mình vào vị trí của người khác để có thể hiểu được sâu sắc những gì họ đang muốn truyền tải.
- *Sử dụng câu hỏi mở*: Để khuyến khích đối phương nói nhiều hơn.
- *Hãy ghi chép*: Ghi chép ở đây không có nghĩa là chúng ta cắm cúi ghi tất cả những gì đối phương trình bày. Ghi ở đây là để nắm bắt được các ý chính mà người nói muốn truyền đạt. Việc ghi chép sẽ giúp chúng ta nhớ lâu hơn và không bỏ sót các vấn đề quan trọng.
- *Hãy phản hồi*: Chính là hồi đáp lại những nội dung kiến thức, thông tin mà mình lĩnh hội được. Việc hồi đáp phù hợp thể hiện chúng ta là người lắng nghe một cách tích cực và hiểu vấn đề, đồng thời giúp chúng ta kiểm tra lại kiến thức để biết được thông tin chúng ta tiếp nhận không bị sai lệch. Mặt khác, nếu có vấn đề chưa hiểu rõ, đối

phương có thể giải đáp luôn để chúng ta hiểu vấn đề sâu hơn.

- *Hãy kiểm soát cảm xúc của bản thân*: Cảm xúc là yếu tố không chỉ chi phối tới hiệu quả lắng nghe mà còn có thể ảnh hưởng tới mối quan hệ, đến khả năng giải quyết các vấn đề. Vì vậy, chúng ta cần biết kiểm soát cảm xúc của bản thân, đó là nhận thức rõ cảm xúc của mình trong tình huống nào đó và hiểu được ảnh hưởng của cảm xúc đến bản thân cũng như người khác thế nào để điều chỉnh và thể hiện cảm xúc một cách phù hợp. Kiểm soát cảm xúc sẽ giúp quá trình lắng nghe nói riêng và giao tiếp nói chung đạt hiệu quả, giải quyết các mâu thuẫn...

Để thành công không thể không biết cách lắng nghe. Vì vậy, chúng ta cần trau dồi các phương pháp và để đầu óc cởi mở đón nhận thông tin dựa trên tinh thần hiểu biết và tôn trọng người khác, để hoàn thiện kỹ năng lắng nghe.

Cho đi nhiều hơn

Gửi tặng bạn câu chuyện mà tôi sưu tầm được dưới đây:

Một lần, lớp học nọ tổ chức buổi dã ngoại ở vùng ngoại ô. Khi đến cánh đồng, các học sinh vô tình nhìn thấy một đôi giày cũ sờn; có vẻ là của một người nông dân nghèo đang chuẩn bị trở về nhà sau một ngày làm việc mệt nhọc.

Khi nhìn thấy đôi giày cũ, các học sinh tinh nghịch đã nảy ra một ý tưởng. Chúng nói với cô giáo:

"Thưa cô, tại sao chúng ta không giấu đôi giày sau bụi cây và đợi bác nông dân đến. Sẽ rất buồn cười khi thấy phản ứng của bác ấy khi không thể tìm thấy chúng!"

Cô giáo cảm thấy ý tưởng đó thật tệ; nhìn những học sinh đang cười khúc khích của mình và bảo:

"Này các em, thật không hay chút nào khi chơi một trò đùa tàn nhẫn như vậy với một người tội nghiệp".

Ngừng lại một chút, cô giáo mỉm cười nói tiếp:

"Các em ơi, cô có một ý kiến hay hơn. Tại sao chúng ta không bỏ một vài xu vào hai chiếc giày, sau đó trốn sau những bụi cây và xem phản ứng của bác nông dân khi nhìn thấy những đồng tiền trong đôi giày rách đó?"

Các học sinh thích thú muốn biết phản ứng của người nông dân nghèo. Vì vậy, họ lập tức làm theo hướng dẫn của cô giáo. Sau đó, cả cô và trò núp sau bụi cây đằng xa, chờ bác nông dân quay lại chỗ đôi giày.

Người nông dân hoàn thành công việc, có vẻ rất mệt mỏi, đi về phía đôi giày rách của mình. Khi đặt chân lên, bác ta cảm thấy có gì đó cứng dưới chân, cúi xuống kiểm tra thì phát hiện có tiền xu.

Bác nông dân ngạc nhiên khi nhìn thấy những đồng tiền trong chiếc giày. Bác ta lấy chúng ra và nhìn kỹ xung quanh; xem có ai đang tìm kiếm những đồng tiền này không, chúng có thuộc về ai không. Khi thấy xung quanh hoàn toàn vắng lặng, không có bóng dáng của ai, bác nông dân mới bỏ mấy đồng tiền vào túi.

Sau đó, bác ta đặt chân mình vào chiếc giày còn lại; và như trước đó, bác lại thấy có thứ gì đó cứng trong giày. Cúi xuống kiểm tra, bác còn tìm thấy nhiều đồng xu hơn nữa. Nhìn những đồng tiền trên tay, người nông dân xúc động rơi nước mắt.

Người nông dân tiều tụy, hốc hác chắp hai tay trước ngực, ngước mặt lên trời và nói:

"Ôi Chúa ơi! Cho con xin gửi ngàn lời cảm ơn đến người vô danh đã giúp đỡ con lần này. Nhờ lòng tốt của người đó mà giờ con có thể mua thuốc cho vợ đang ốm; mua bánh mì cho những đứa con đang đói của con".

Với những đồng tiền trong túi, người nông dân trở về nhà, nước mắt vẫn chảy dài trên khuôn mặt.

Nhìn cảnh này, đám học sinh tinh nghịch dường như ai cũng xúc động, mắt ngấn lệ.

Sau khi người nông dân rời đi, giáo viên hỏi học sinh của mình:

"Bây giờ hãy nói cho cô biết, điều gì khiến các em vui vẻ hơn? Giấu giày hay bỏ tiền vào giày?"

Một học sinh với đôi mắt còn đẫm nước xúc động nói:

"Thưa cô, em sẽ không bao giờ quên bài học mà cô đã dạy chúng em hôm nay. Bây giờ, em hiểu rằng niềm hạnh phúc khi cho đi lớn hơn nhiều so với được nhận lại. Niềm vui của sự cho đi không có giới hạn. Em cảm ơn cô nhiều!"

Sống là cho đi đâu chỉ nhận riêng mình... Trong cuộc sống này, dường như điều đầu tiên người ta nghĩ đến là phải làm một điều gì đó để mang lại niềm vui và sự hài lòng cho bản thân. Cũng giống như những cậu học sinh tinh nghịch trong câu chuyện trên; muốn giấu đôi giày sờn cũ của bác nông dân nghèo, đùa một chút để được cười sảng khoái.

Tuy nhiên, chúng ta không biết rằng, dù vô tình hay cố ý, thì đôi khi chỉ vì sự thỏa mãn ích kỷ của bản thân, chúng ta đã cười trên sự đau khổ của người khác.

Vì vậy, thay vì chỉ để cho bản thân được cười một trận sảng khoái, hoặc thay vì tạo ra rắc rối cho ai đó; chúng ta hãy học cách cho đi, giúp đỡ người khác bất cứ khi nào có thể.

Bởi khi cho đi, dù chỉ là những đồng tiền nhỏ, chúng ta không chỉ mang lại niềm vui cho người khác; mà còn mang lại hạnh phúc cho chính mình. Cũng giống như niềm vui của người nông dân nghèo và những giọt nước mắt hạnh phúc của đám học trò tinh nghịch trong câu chuyện trên.

Bởi khi cho đi, bạn sẽ nhận lại được nhiều hơn thế...

Làm việc thiện bao giờ cũng được đền đáp, ngược lại, sống ích kỷ phải chịu phần thiệt. Cho đi và nhận lại! Hãy nhớ điều đó và thực hành "cho đi". Đừng đòi hỏi bất cứ điều gì, điều quan trọng là, bạn sẽ nhận được nhiều hơn những gì bạn nghĩ. Hạnh phúc sẽ đến lúc "người cho đi" không ngờ nhất...

Sau những biến động trong cuộc sống cũng như trong cách ứng xử của mọi người xung quanh. Rồi một ngày nào đó, bạn sẽ chợt hiểu ra ý nghĩa của câu nói "cho đi sẽ nhận lại nhiều hơn".

Yêu thương bạn cho đi rồi bạn sẽ nhận lại...

Yêu thương bạn cho đi, bạn sẽ nhận được yêu thương gấp trăm nghìn lần. Cho đi yêu thương sẽ nhận lại yêu thương, những gì nhận lại còn lớn hơn gấp bội. Đó là điều may mắn, là sự bình an trong tâm hồn.

Đây là những giá trị không thể đo lường được. Tình yêu thương và sự giúp đỡ mà chúng ta nhận được là hoa trái của tình yêu thương mà chúng ta đã trao đi.

Gieo nhân nào thì gặt quả ấy, đó là luật nhân quả. Hôm nay ta trao yêu thương thì ngày mai ta cũng sẽ nhận lại yêu thương. Cuộc sống này sẽ tốt đẹp biết bao khi con người luôn thành tâm trong mọi hành động.

Nhìn nhau bằng ánh mắt chân thành, bớt khắt khe, định kiến, những điều từ trái tim sẽ đi đến trái tim. Một lời chào chưa được đáp lại, nhưng được lặp đi lặp lại hàng ngày, ngay cả người khó tính cũng phải mỉm cười đáp lại. Chỉ cần chan hòa, nhìn mọi thứ bằng ánh mắt dịu dàng thì cuộc sống này sẽ đáng yêu biết bao!

Dẫu biết rằng đôi khi cuộc sống không diễn ra như ý muốn của chúng ta nhưng bạn hãy cứ cho đi. Cho đi là cách bạn yêu chính mình. Bạn đã hòa vào dòng chảy của cuộc đời, của kiếp người. Lòng tốt là thứ mà người điếc có thể nghe thấy và người mù có thể nhìn thấy. Vì vậy, chỉ cần bạn chân thành, thứ bạn nhận lại không chỉ là niềm vui. Sống nhẹ nhàng và chân thành với hết thảy. Chỉ cần cho đi một cách chân thành và bạn sẽ nhận lại tình yêu thương.

Hãy mở rộng trái tim! Hãy cùng nhau chia sẻ và cho đi những điều tốt đẹp để nhận lại niềm vui trong tâm hồn, niềm hạnh phúc trong cuộc sống. Bởi vì, cho đi còn là biểu hiện của một cách sống đẹp, tạo nên sức mạnh để duy trì sự sống.

Luôn nói “Yes”

Dưới đây là những lý do bạn không nên bỏ lỡ cơ hội nói “Yes”:

Sẵn sàng đón nhận những điều kỳ diệu

Trong cuộc sống, chúng ta thường nhận được rất nhiều cơ hội, nhưng có nhiều người cứ mãi đợi thời điểm thích hợp rồi bỏ lỡ cơ hội mà chưa kịp nắm bắt. Điều đó thật đáng tiếc, vì mỗi cơ hội qua đi, không chắc chúng sẽ đến lần nữa. Vậy chần chừ gì mà không nói “Yes” mỗi khi có cơ hội, biết đâu điều kỳ diệu và những món quà bất ngờ sẽ xuất hiện?

Mở rộng các mối quan hệ

Đừng cứ mãi trốn trong vỏ bọc của mình, hãy ra ngoài và nói “Yes” với các mối quan hệ mới, trải nghiệm mới. Từ đó, các mối quan hệ của bạn sẽ được mở rộng hơn. Và biết đâu chúng sẽ giúp đỡ bạn rất nhiều cho công việc về sau.

Không cảm thấy hối tiếc

Đã bao giờ bạn tự nhủ với bản thân rằng: "Biết thế lúc đó mình nhận lời", "Biết vậy lúc đó mình làm"...? Không ai biết trước được điều gì sẽ đến mỗi khi bạn nói "Yes". Vì thế, đừng khiến bản thân hối tiếc vì đã không nói "Yes" nhé! Điều đó chỉ khiến bạn tiêu cực hơn mà thôi.

Hạnh phúc hơn

Bạn biết không, những nghiên cứu khoa học đã chỉ ra rằng, mỗi khi chúng ta tiếp nhận những thử thách mới, não bộ sẽ tiết ra một lượng lớn dopamine. Đây là một chất khiến chúng ta cảm thấy hạnh phúc và lạc quan hơn. Thật kỳ diệu đúng không? Bạn hãy cứ nói "Yes" để có cơ hội gặp gỡ những người mới, trải nghiệm thử thách mới để cuộc sống hạnh phúc hơn nhé!

Kích thích não bộ

Nghe thật kỳ lạ đúng không? Nhưng chính xác là vậy đó. Nói "Yes" sẽ giúp chúng ta kích thích não bộ. Vì não bộ con người có xu hướng hồi đáp lại những trải nghiệm của chúng ta, quá trình này được gọi là tính khả biến của hệ thống thần kinh (neuroplasticity). Vì thế, nếu bạn biết cách nói "Yes" bạn sẽ nhận được rất nhiều thứ như: trí thông minh, tính cách, thói quen và thái độ.

Truyền cảm hứng cho người khác

Nói "Yes" không chỉ mang lại nhiều lợi ích cho bản thân mà còn truyền cảm hứng cho người khác. Khi bạn nói "Yes" và làm điều đó, bạn đã là người tiên phong để mọi người làm theo. Đừng lo lắng sợ hãi mọi người sẽ suy nghĩ, đánh giá về bạn qua những lần nói "Yes" với các trải nghiệm mới. Con người thường chỉ nghĩ về bản thân mình thôi. Khi tham dự cuộc họp lần đầu tiên với sếp, các nhân viên thường lo lắng, không dám đưa ra với sếp, sợ sai sẽ bị trách mắng. Nhưng nếu bạn là người đầu tiên dám cởi mở, đóng góp ý kiến thì sau đó mọi người sẽ làm theo. Từ đó, cuộc họp sẽ thoải mái và hiệu quả hơn nhiều.

Chúng ta là những người quyết định cuộc sống của mình thông qua những quyết định. Hãy nắm bắt điều đó và đừng bỏ lỡ cơ hội để phải hối tiếc, bạn nhé! Chúc bạn luôn thành công trong công việc và cuộc sống!

Học cách nói "Tôi không biết"

Chúng ta rất thích làm hài lòng người khác và nghĩ đó là việc nên làm.

Có nhiều lúc rất mệt, nhưng đồng nghiệp rủ đi nhậu, lại tặc lưỡi đi, vì không muốn từ chối, sợ từ chối đồng nghiệp lại bảo không hòa đồng.

Sếp giao cho rất nhiều việc, cứ thế vô tư nhận, kể cả những công việc ngoài tầm với, để rồi kết quả không dược như ý, lại cảm thấy thất vọng về bản thân.

Người yêu luôn bắt làm việc này việc kia, ăn món này món kia, mặc cái này cái kia, cũng không thích lắm nhưng không dám từ chối vì sợ người yêu nghĩ mình không còn yêu họ.

Chúng ta có thể quen với việc nói đồng ý và làm hài lòng người khác đến nỗi thậm chí không biết mình muốn gì hoặc nhu cầu của mình là gì. Nhưng nếu cuộc sống của bạn quá bận bịu với những yêu cầu của người khác khiến bạn không có thời gian cho những gì thực sự quan trọng với mình - hoặc tệ hơn, sức khỏe tinh thần của bạn đang gặp nguy hiểm - thì đã đến lúc bạn phải thay đổi.

Hãy tự trả lời những câu hỏi sau: Bạn đã uống bao nhiêu ly cà phê với những người mà bạn không muốn uống cà phê cùng? Bạn đã tham dự bao nhiêu đám cưới mà bạn không thực sự muốn tham dự? Bạn đã trải qua bao nhiêu giờ họp tẻ nhạt khi không có lý do thực sự nào để đến đó?

Bạn có thể tự hỏi: "Có gì sai khi nói đồng ý và khiến mọi người vui vẻ?" Nó có thể là một viên thuốc khó nuốt, nhưng hãy cân nhắc điều này: Cố gắng làm hài lòng mọi người có thể là một hình thức thao túng. Giáo viên và tác giả Byron Katie đã tổng kết nó một cách xuất sắc: "Đó là sai lầm lớn nhất khi cho rằng: Tôi có thể khiến bạn yêu tôi". Chúng ta tự đùa rằng mình chỉ là người tử tế khi chấp nhận người khác, nhưng mọi thứ có thể trở nên tồi tệ bất ngờ khi nhu cầu của chúng ta không được đáp ứng.

Trong cuốn sách *The Power of No*, doanh nhân kiêm tác giả James Altucher viết: "Khi bạn nói đồng ý với điều gì đó mà bạn không muốn làm, thì đây là kết quả: bạn ghét điều mình đang làm; bạn bực bội với người đã yêu cầu bạn; bạn làm tổn thương chính mình".

Để bắt đầu lấy lại thời gian và sức khỏe tinh thần của bạn bằng cách không nói nữa, hãy điều chỉnh xem bạn thực sự muốn gì. Thay vì nói đồng ý một cách bốc đồng, hãy tập thói quen tự hỏi bản thân: "Tôi có đồng ý với điều này vì tôi không?" Hãy bắt đầu từ những điều nhỏ nhặt, chẳng hạn như khi bạn được mời đồ uống ở tiệm làm tóc hoặc nếu ai đó nhờ bạn một việc nhỏ nhặt. Học cách nhận ra những gì nói có và không, đang diễn ra như thế nào bên trong bạn.

Ý nghĩ nói không với ai đó trước mặt họ có khiến bạn sợ hãi không? Nếu bạn bị đặt vào thế khó và được yêu cầu giúp đỡ một việc gì đó mà bạn không có khả năng, nhưng bạn không thể từ chối ai đó, hãy câu giờ thêm cho mình. Vanessa Van Edwards, người sáng lập phòng thí nghiệm nghiên cứu hành vi con người, cho biết: "Hãy yêu cầu mọi người nhắn tin hoặc gửi email cho bạn yêu cầu của họ để bạn có thể liên hệ lại với họ. Hoàn toàn hợp lý khi bạn nói rằng bạn cần kiểm tra lịch trình của mình trước khi trả lời". Điều này cho phép bạn kiểm tra những gì bạn thực sự muốn và tìm ra từ thích hợp (hoặc can đảm) để từ chối.

Nếu bạn vẫn đang đấu tranh để nói không, hãy ghi nhớ câu nói nổi tiếng của doanh nhân tỷ phú Warren Buffett: “Những người thành công nói không với hầu hết mọi thứ”. Nói không cho phép bạn nói có với những gì quan trọng với bạn. Nó cho phép bạn trở thành một người tốt hơn bởi vì khi bạn nói đồng ý, điều đó xuất phát từ một lý do tốt chứ không phải từ sự oán giận hay sợ hãi. Nó tạo không gian cho những gì quan trọng nhất với bạn, thay vì chìm đắm trong sự bận rộn như hầu hết chúng ta.

Và hãy cân nhắc điều này: Nếu bạn không nói nữa, bạn có thể nói có với điều gì? Chăm sóc bản thân nhiều hơn, sức khỏe tinh thần tốt hơn? Có nhiều thời gian hơn với con cái của bạn? Làm việc mà bạn thích?

Nói là vậy, nhưng để có kỹ năng từ chối mà không mất lòng người khác, không làm rạn nứt mối quan hệ và cả hai người đều không cảm thấy khó xử, hãy từ tinh tế nhất có thể qua các mẫu câu sau đây:

- *Bây giờ mình bận quá, để tối nay/ngày mai/ngày kia... được không?* (Cho họ thấy bạn thật tình muốn giúp mà không có thời gian. Nếu việc người kia nhờ là đột xuất, khẩn cấp, thì họ sẽ không nhờ bạn nữa. Cách giao tiếp ứng xử này khá hiệu quả).

- *Ôi thích quá/thật tuyệt vời, nhưng tệ thật, lúc đó mình bận chuyện gia đình/làm thêm/có cuộc họp mất rồi;Ừm, để xem nào... Mình có lịch vào lúc đó rồi. Chắc mình không tham gia được* (Đây là cách từ chối khéo léo những lời mời đi chơi, hội họp nhậu nhẹt gì đó của bạn bè).

- *Xin lỗi, mình có việc khác quan trọng hơn đang làm rồi, không thể giúp bạn được* (Câu từ chối cơ bản, với người có mối quan hệ xã giao).

- *Ờ, để mình suy nghĩ đã nhé. Có gì tối mai mình nhắn tin cho* (Câu này được sử dụng trong trường hợp bạn có thể nhận lời, có thể không).

- *Mình không giỏi việc này, bạn nhờ anh D thử xem* (Gợi ý một người khác có thể giúp đỡ họ).

- *Ý kiến hay đó. Nhưng mình đang bị đau bụng/đau đầu... nên không tham gia được rồi* (Lấy lý do tình trạng sức khỏe không đảm bảo. Cách này chỉ là "khổ nhục kế", hơi cũ nhưng nếu bí quá thì vẫn sử dụng được trong nhiều tình huống để từ chối hiệu quả).

- *Cậu thật sự cần lắm không, hỏi xem ai đó trong lớp mình xem. Mình vừa chi tiêu xyz... hết tiền mất rồi* (Cách từ chối khi ai đó hỏi vay tiền).

- *Mình thấy ý kiến abc... rất hay, tuy nhiên xyz...; Mình nghĩ nên cân nhắc vấn đề này; Cả nhà có phương án nào hay hơn không?; Điều này có vẻ không phù hợp cho lắm...* (Một số câu từ chối/ phản đối trong làm việc nhóm).

Một phần lý do khiến một số người gặp khó khăn khi nói "Không" là vì họ không cảm thấy mong muốn và nhu cầu của mình cũng quan trọng như mong muốn và nhu cầu của người khác.

Để tránh cảm thấy tội lỗi khi nói "không", hãy cố gắng xây dựng giá trị bản thân. Một số chiến lược mà bạn có thể thử bao gồm:

- Viết một danh sách các điểm mạnh của bạn.
- Sử dụng tự nói chuyện tích cực để khuyến khích bản thân.
- Khám phá sở thích của bạn và dành thời gian cho chính mình.
- Tránh so sánh bản thân với người khác .
- Đặt mục tiêu thực tế cho bản thân.

Từ chối là một kỹ năng hết sức cần thiết trong cuộc sống và công việc. Biết từ chối một lời đề nghị, bạn sẽ không lãng phí thời gian vào những việc không cần thiết và có thể tập trung hơn trong công việc chuyên môn; hoặc đơn giản hơn là không phải làm những gì mình không thích.

Bạn hãy thường xuyên rèn luyện cho mình kỹ năng nói không và kỹ năng từ chối khéo léo. Chúc bạn có thể vừa nói được lời từ chối, vừa giữ được sự tôn trọng từ phía người đối diện cũng như duy trì được các mối quan hệ tốt đẹp!

Đạo đức ư, hãy bỏ nó sang một bên

Phải nói rằng ngay từ khi còn nhỏ, chúng ta đã được hướng dẫn đến cùng một mục tiêu duy nhất. Mục tiêu là mỗi người trong chúng ta phải làm việc chăm chỉ để có được bằng cấp, nhà cửa, của cải vật chất, hôn nhân hạnh phúc và có con cái nối dõi tông đường... Rất khó để hình dung bất cứ điều gì khác biệt. Và nếu coi tất cả là như nhau, chúng ta sẽ phải đối mặt với nhiều vấn đề. Nỗi sợ hãi về những điều chưa biết, nguy cơ phạm sai lầm, sự bấp bênh về tài chính... Tất cả những lý do này thường khiến chúng ta bỏ cuộc.

Hơn nữa, bản thân xã hội đã quen với con đường an toàn này. Hành động khác biệt thường dẫn đến thất bại, hiểu lầm hoặc không được chấp thuận. Một loại áp lực vô hình buộc chúng ta phải làm giống như những người khác, để được hiểu và chấp nhận... Tóm lại, "điểm khác biệt" không phải lúc nào cũng được chú ý! Và sự ổn định luôn được nhắc mãi không chán.

Nhưng bạn biết không, những người thành công đến từ mọi tầng lớp xã hội, nhưng họ đều có một điểm chung: Khi người khác nhìn thấy những rào cản không thể vượt qua, họ thì thấy đấy chính là cơ hội.

Chướng ngại vật không chặn đường đi, chúng là con đường.

Trong một nghiên cứu được thực hiện tại Adobe, 96% nhân viên xác định sự sáng tạo là điều cần thiết cho sự thành công của họ, cả về thu nhập và giá trị mà họ mang lại cho thế giới. Hơn nữa, 78% ước rằng họ có khả năng suy nghĩ khác biệt, tin rằng họ sẽ tiến bộ nhanh hơn trong sự nghiệp nếu họ làm như vậy.

Chúng ta thường cho rằng tư duy sáng tạo và "khác biệt" là do những đặc điểm tự nhiên, bẩm sinh chỉ thuộc về những người may mắn. Sự thật là bạn có thể nghiên cứu cách suy nghĩ của những người thành công một cách khác biệt và áp dụng chúng với con đường mà bạn đang đi.

Bạn có muốn mình làm nên những điều khác biệt hay sống theo cách mà người khác mong muốn. Hoàn toàn là do chính bạn. Hãy nhớ rằng rất ít người trong số chúng ta thực sự dám "nổi loạn" để phá vỡ những giá trị thông thường của cuộc sống. Chúng ta chỉ có thể nghĩ và làm khác những điều vốn có để mang lại một hơi thở mới, một làn gió trong lành và khác biệt cho cuộc sống của mình.

Vậy hãy nghĩ và sống khác biệt để làm nên những điều thú vị.

Nghĩ khác nếu bạn muốn có được nhiều hơn từ mỗi khoảnh khắc của cuộc sống.

Nghĩ khác nếu bạn muốn đạt được những mục tiêu của mình và tìm được thành công.

Nghĩ khác nếu bạn muốn biết cách vượt qua các chướng ngại và hướng thẳng tới những điều tốt đẹp nhất cuộc sống có thể dành cho bạn.

Hãy biến những suy nghĩ của bạn thành những hành động. Con đường đi đến thành công gặp không ít khó khăn nhưng bạn hãy bản lĩnh và tự tin sẽ giành được chiến thắng.

Hạnh phúc sẽ đến với những ai dám nghĩ, dám làm. Thế nên, đừng bao giờ sợ vấp phải sai lầm. Đạo đức ư, khuôn mẫu ư, hãy bỏ nó sang một bên!

Đơn thuần như một đứa trẻ

Vẫn biết cuộc sống đầy khó khăn, thử thách, thậm chí nhiều khi khiến chúng ta thất bại, vấp ngã, muốn bỏ cuộc... Vẫn biết càng lớn đôi vai càng nặng gánh hơn. Nhưng ai cũng sẽ lớn lên. Thôi, ta cứ ước mình là một đứa trẻ cho nhẹ lòng, cho thanh thản... Hãy cứ sống đơn thuần như một đứa trẻ!

Để được vô tư

Lúc nhỏ, có lẽ ai cũng thích được lớn lên. Vì lớn lên sẽ được tự do ra ngoài, được ăn những gì mình thích, vì lớn lên sẽ được tự do làm điều mình thích. Nhưng lớn lên cũng có nghĩa là trách nhiệm lớn hơn, là công việc nhiều hơn, là suy nghĩ, lo toan hơn. Khi ấy, chúng ta đâu biết, mặc dù có thể được ra ngoài đấy, được tự do đấy nhưng lắm khi cũng nhọc nhằn nhiều hơn.

Cho nên, chỉ ước mình được bé nhỏ để mà vô tư. Vô tư ăn một gói mì cũng không sợ ngày mai không có sức mà làm việc. Vô tư ngủ một giấc thật sâu mà không sợ có một cuộc điện thoại hối thúc giữa đêm. Vô tư mách mẹ những sai lầm mà không sợ bị rầy là. Vui sẽ cười, buồn sẽ khóc, không ngại điều gì.

Để được trải lòng

Làm trẻ con thích hơn làm người lớn? Có lẽ thế vì nếu làm trẻ con, nếu ghét sẽ nói ghét, nếu thích sẽ nói thích. Không phải nói dối lòng mình, cũng không phải nói dối ai điều gì. Làm trẻ con, khi ngã đau, khi gặp một bài toán khó, khi bị bạn bè trêu chọc... đều có thể kể cho mẹ nghe và giúp đỡ. Sẽ được mẹ xoa chân cho, giảng bài hộ cho, hay cùng chơi để khỏa lấp đi nỗi buồn.

Còn người lớn như chúng ta, thử đếm xem có bao nhiêu lần buồn bã, hay vấp ngã, ta đủ can đảm gọi cho mẹ để trải lòng?

Để được mộng mơ

Tuổi thơ mình đẹp vì thuở đó ta có thật nhiều mộng mơ. Là con gái thì mơ làm công chúa, búp bê. Làm con trai thì không khỏi ước ao được một lần làm siêu nhân, người hùng. Lúc nhỏ ấy, ta cứ ước mơ thôi,

TƯ DUY MỞ

Sbooks.vn

Nhiều người luôn nghĩ rằng họ sẽ hạnh phúc khi giàu có, sở hữu nhà lầu xe sang. Nhưng họ đã sai. Cuộc sống có hạnh phúc hay không bắt nguồn từ chính cách tư duy và hành động của mỗi người.

Nguyễn Anh Dũng

NHÀ SÁNG LẬP SBOOKS

đâu quan tâm có ai cười đùa, đâu quan tâm mình có làm được hay không, đâu quan tâm có ai ủng hộ hay không, cũng đâu quan tâm ước mơ đó thực tế hay hão huyền. Cứ mơ thôi, cứ ước thôi, và cứ chìm đắm, vui vẻ vì những giấc mộng đó thôi.

Đôi khi vẫn ước mình có được một vé trở về với tuổi thơ, bởi vì làm trẻ con thật thích. Mỗi tối đi ngủ, ta vẫn cứ tự dỗ mình ngủ thật ngon để được mơ những giấc mơ thật đẹp, được mơ một giấc mơ có thể trở về tuổi thơ. Nhưng sau giấc ngủ thì trời vẫn sáng, mọi người vẫn làm việc, ta đâu thể nào mà bước lui.

Nhưng dù thế, chúng ta hãy cố gắng bước tiếp nhé! Hãy mạnh mẽ tiến về phía trước để cứng rắn, vững vàng hơn nhé! Khi mệt hãy cứ khóc, khi vui hãy cứ cười. Đâu cần phải là trẻ con mới có thể vô tư, trải lòng, mới có thể ước mơ!

Thuyết phục bất kỳ ai

Khả năng thuyết phục cao sẽ giúp bạn có lợi thế trong kinh doanh và trong các mối quan hệ cá nhân. Dù là bạn muốn thuyết phục khách hàng mua một món hàng có giá trị lớn hoặc xin bố mẹ cho bạn đi chơi muộn vào cuối tuần, việc học cách xây dựng lập luận vững chắc, trình bày lý lẽ và hiểu đối tượng mà bạn đang thuyết phục sẽ giúp bạn thành công.

Dưới đây là những cách giúp bạn có thể thuyết phục bất kỳ ai:

Hãy tự tin

Bước đầu tiên là cần duy trì và thể hiện sự tự tin trong suốt quá trình thuyết phục. Bạn càng tự tin bao nhiêu thì lập luận của bạn càng thuyết phục bấy nhiêu và bạn càng tỏ ra mạnh mẽ bấy nhiêu. Chỉ cần cẩn thận đừng phô trương quá, vì nếu không, bạn sẽ có nguy cơ khiến mọi người mất thiện cảm vì sự kiêu ngạo.

Đảm bảo tính logic trong lập luận

Mọi người dễ dàng bị thuyết phục bởi logic. Ví dụ: Bạn đang thuyết phục đồng nghiệp đảm nhận một trong những phần khó khăn hơn của nhiệm vụ mà các bạn đang cùng nhau thực hiện. Ban đầu, đồng nghiệp của bạn có thể phản đối, nhưng bạn có thể sử dụng lý lẽ hợp lý để giải thích rằng anh ấy/cô ấy được trang bị tốt hơn để xử lý phần đó, nghĩa là nhiệm vụ sẽ được thực hiện nhanh hơn và hiệu quả hơn, khiến cả hai bạn đều hài lòng và giúp ích cho công ty.

Khiến đối phương cảm thấy yêu cầu của bạn có giá trị

Một trong những cách thuyết phục hiệu quả hơn là làm cho yêu cầu của bạn có vẻ có giá trị đối với đối phương. Làm như vậy có thể khó khăn, nhưng trong những trường hợp thích hợp, nó có thể là một sự phù hợp hoàn hảo. Ví dụ: Bạn đang cố gắng thuyết phục một người bạn giúp bạn chuyển nhà. Rõ ràng là có rất nhiều công việc liên quan đến việc chuyển nhà và bạn của bạn có thể không sẵn lòng làm giúp. Thay vì nói về tất cả đồ đạc bạn cần chuyển, hãy nói về việc bạn sẽ vui như thế nào khi xem lại đống đồ kỷ niệm; hoặc cho đi những món đồ cũ cho người cần; hoặc bạn sẽ mua bánh pizza cho mọi người sau khi xong việc...

Kiên nhẫn

Không phải lúc nào bạn cũng có thể thuyết phục đối tượng cung cấp cho bạn những gì bạn muốn ngay trong lần thử đầu tiên. Nếu bạn không thành công, đừng cầu xin hay tranh cãi. Thay vào đó, hãy để tình huống trôi qua, hồi tưởng lại bản thân và thử lại sau. Những thông điệp thuyết phục của bạn sẽ đọng lại trong tiềm thức của họ, và lần sau khi đưa ra lập luận, bạn sẽ có cơ hội tỏ ra hợp lý và thuyết phục hơn. Đừng từ bỏ mục tiêu, hãy dành nhiều thời gian giữa các lần thử.

Hãy nhớ rằng thuyết phục là một kỹ năng có thể được mài giũa và cải thiện theo thời gian. Bạn sẽ không thành công ngay lần đầu tiên áp dụng những chiến thuật này vào thực tế (rất có thể), nhưng bạn càng sử dụng chúng thường xuyên, bạn sẽ càng thành thạo và tự nhiên hơn khi thực hiện chúng.

Bỏ lại quá khứ, hãy sống một cuộc sống có giá trị

Ai trong chúng ta cũng đã từng trải qua những khoảnh khắc không thể quên, những kỷ niệm khó phai. Đó có thể là quá khứ của những niềm vui hoặc nỗi buồn. Tổn thương khó làm cho chúng ta quên đi một cách nhanh chóng, chỉ cần một "vết thương nhỏ" cũng có thể khơi dậy nỗi đau.

Nhưng nếu ta cứ mãi tiếc nuối về quá khứ, để bản thân bị chi phối, ảnh hưởng đến hiện tại và tương lai thì điều đó không đáng. Chúng ta không thể thay đổi được quá khứ, vì vậy nếu cứ mãi đau buồn vì những chuyện đã qua thì chính ta sẽ bỏ lỡ đi rất nhiều cơ hội mới đang chờ đón.

Quá khứ nếu ta có gặp phải bao nhiêu thất bại, mắc phải bao nhiêu đau buồn, thì cũng đừng để thất bại ấy làm ta nghĩ rằng mình không thể thành công, cũng đừng để khổ đau dập tắt mong muốn được hạnh phúc. Chúng ta hãy học cách quên đi quá khứ, đó là sự lựa chọn đúng đắn nhất và hướng chúng ta đến với những điều tốt đẹp trong tương lai. Chúng ta là người làm chủ cuộc sống của mình, vì vậy những gì xảy ra trong quá khứ hay tương lai đều phụ thuộc vào chính chúng ta. Nếu cứ mãi đắm chìm trong quá khứ, chúng ta sẽ đánh mất niềm tin vào cuộc sống, hủy hoại tương lai của chính mình.

Đừng vì một chút sai lầm trong quá khứ mà sống buông xuôi, phó mặc, biến mình thành gánh nặng cho xã hội. Thời gian trôi đi không bao giờ trở lại, những gì đã xảy ra chúng ta không thể nào thay đổi được, nhưng những gì ở thời điểm hiện tại hoặc tương lai, ta có thể thay đổi được. Trân trọng quá khứ, lấy đó làm bài học kinh nghiệm giúp bản thân trưởng thành hơn, chín chắn hơn, chắc chắn cuộc sống của chúng ta trong hiện tại cũng như tương lai sẽ tươi sáng hơn.

Dũng cảm đối diện với hiện thực, kiên định với sự thay đổi vì tương lai, bạn sẽ dễ dàng quên đi những chuyện không vui trong ngày hôm qua. Với ý chí, quyết tâm thay đổi quá khứ, bạn sẽ thấy tâm hồn thoải mái hơn vì không bị ràng buộc bởi những rắc rối đã qua. Sống lạc quan, bạn sẽ nhìn thấy những cơ hội trong từng khó khăn, mọi điều mà bạn mong ước đều có thể trở thành hiện thực. Rồi bạn sẽ được mọi người quý trọng và yêu mến nhiều hơn vì nghị lực, ý chí vươn lên, biết làm chủ tương lai của mình.

Tương lai được tạo dựng bởi cố gắng của hôm nay, cánh cửa thành công sẽ rộng mở cho những ai biết sống có ích, có giá trị. Đừng bỏ lỡ cơ hội, đừng lãng phí thời gian để làm những điều không thuộc về hiện tại. Sống hết mình cho hôm nay, chính là biết cách nắm bắt cuộc sống tuyệt vời của mình, bạn nhé!

Dành tặng bạn câu chuyện nhỏ:

Hai người bạn cùng nhau lên núi để tìm kiếm những viên đá đẹp.

Giỏ của A đựng đầy những viên đá, còn giỏ của B chỉ có một viên duy nhất. A cười châm chọc: "Tại sao anh chỉ lấy mỗi viên đá thế này?"

B trả lời: "Tuy có rất nhiều viên đá đẹp nhưng tôi chỉ chọn một viên tinh mỹ nhất là đủ rồi".

A cười và không nói gì, rồi cả hai cùng đi xuống núi. Càng đi, A càng cảm thấy vô cùng mệt mỏi. Cứ đi được một quãng, anh lại phải vứt một cục đá ở trong giỏ của mình đi. Cuối cùng, khi xuống được dưới chân núi, trong giỏ của A chỉ còn lại một viên đá duy nhất.

Đạt được sự chủ động trong cuộc sống

Dù là trong cuộc sống hay là trong trong công việc, tính chủ động luôn được đánh giá cao. Nó giúp con người học hỏi được nhiều hơn, luôn chủ động nắm bắt tình thế và dự phòng những rủi ro có thể xảy ra. Tính chủ động mang đến cho chúng ta nhiều cơ hội hơn và đặc biệt trong môi trường doanh nghiệp đầy cạnh tranh, một nhân viên luôn chủ động học hỏi và làm việc luôn được sếp đánh giá rất cao. Và nhờ đó mà cơ hội thăng tiến của họ cũng rõ ràng và rộng mở hơn, con đường đi đến thành công lại ngày một gần.

Tất cả những thay đổi xảy ra trên thế giới buộc bạn phải thay đổi cuộc sống của mình. Nếu bạn không thay đổi, thì nó sẽ có hại cho bạn. Thay đổi là sự thật lớn nhất của cuộc sống. Thời gian thay đổi từng giây. Bạn cũng nên sẵn sàng cho một sự thay đổi trong cuộc sống của bạn. Bạn nên chủ động tích cực để tạo ra những thay đổi trong cuộc sống của mình.

Có nên trở thành một người chủ động trong công việc?

Nếu bạn đã nhiều lần băn khoăn về câu hỏi này thì câu trả lời chắc chắn là có. Nếu bạn không muốn bị lạc hậu, bị cô lập và tụt lùi phía sau thì bạn phải tự thay đổi chính bản thân mình, trở nên chủ động trong bất cứ tình huống nào ở bất cứ nơi đâu. Điều đó sẽ khiến bạn được đánh giá rất cao và có thiện cảm trong mắt những người xung quanh. Và ngày nay, chủ động như một loại năng lực và được đánh giá như một năng lực cần có ở mỗi nhân viên trong môi trường làm việc.

Vậy tại sao người chủ động lại được đánh giá cao và coi trọng như vậy?

Năng suất, chất lượng làm việc cao

Người chủ động luôn biết cách sắp xếp thời gian và công việc một cách hợp lý. Họ biết tận dụng những quỹ thời gian rảnh để học hỏi và trau dồi thêm những cái mới, áp dụng vào công việc. Nhờ đó mà thời gian được sử dụng một cách hiệu quả, chất lượng làm việc cũng được nâng cao.

Có trách nhiệm

Trong môi trường công ty, ý thức trách nhiệm luôn là yếu tố rất cần thiết. Và những người chủ động trong công việc luôn làm được điều đó.

Thay vì chỉ biết đổ lỗi cho những người khác và đổ lỗi cho hoàn cảnh thì họ biết xem xét tình hình, nhìn nhận lại bản thân mình trước tiên. Họ trở nên có trách nhiệm với bản thân mình và cả với những việc mình làm. Điều này là yếu tố rất quan trọng để giúp mọi vấn đề được giải quyết một cách nhanh chóng, nhất là trong môi trường làm việc đội nhóm.

Cống hiến hết mình cho công ty

Sẽ chẳng có sự đùn đẩy công việc và ỷ lại nếu tất cả mọi người đều chủ động làm phần việc của mình, chủ động giúp đỡ những người xung quanh.

Người chủ động luôn biết tận dụng thời gian một cách hiệu quả và biết cách tạo ra những giá trị mới cho công ty. Họ luôn không ngừng hoàn thiện chính mình và thể hiện bản thân, đóng góp vào lợi ích của công ty.

Giảm áp lực công việc

Đối với bất kỳ một doanh nghiệp hay một môi trường làm việc nào, mỗi nhân viên luôn được khuyến khích sự sáng tạo, tính chủ động và tự tin thể hiện bản thân. Họ rất sợ tình trạng nhân viên đến công ty ngồi không chờ ăn lương, hay là phải dùng deadline, chế độ thưởng phạt để thúc ép mỗi nhân viên làm việc. Chính vì vậy, những người chủ động trong công việc luôn rất được lòng những vị sếp bởi không chỉ họ tạo ra giá trị thực mà sự chủ động trong công việc còn khiến họ làm việc có tinh thần hơn, giảm tình trạng mệt mỏi, căng thẳng.

Đánh giá đúng năng lực của nhân viên

Tình trạng làm cho có, làm cho xong hiện nay rất phổ biến trong môi trường các công ty, nó khiến mỗi người rất khó có thể phát huy hết năng lực của bản thân mình. Tính chủ động trong công việc, không ngừng nỗ lực cố gắng sẽ khiến bạn nhận ra và phát triển năng lực của bản thân, không những thế nó còn giúp nhà lãnh đạo đánh giá đúng năng lực của bạn để có những chế độ lương thưởng và cơ hội thăng tiến cho phù hợp.

Nếu bạn đang gặp khó khăn trong việc đạt được mục tiêu cuộc sống của mình, thì hãy chắc chắn làm theo một số lời khuyên dưới đây. Chắc chắn bạn sẽ có được thành công!

Thay đổi thói quen làm việc của bạn

Nếu bạn đang gặp khó khăn trong việc đạt được mục tiêu của mình, thì đây chắc chắn có thể là một dấu hiệu để thực hiện một số thay đổi trong cuộc sống của bạn. Nhiều khi bạn đang làm việc theo một thói quen gây trở ngại cho việc hoàn thành mục tiêu của chính mình. Trong tình huống như vậy, ngay cả một thay đổi nhỏ cũng có thể mang lại lợi ích cho chúng ta.

Bạn phải biết thời gian nào là tốt nhất cho công việc nào. Có thể bạn đang làm công việc buổi sáng vào ban đêm hoặc làm việc ban đêm vào buổi sáng. Trong trường hợp này, bạn có thể đạt được kết quả tốt hơn bằng cách điều chỉnh một chút trong thói quen làm việc.

Nâng cấp kỹ năng

Điều thường xảy ra là bạn bắt đầu thỏa hiệp với nhiều thứ. Và sau này nó trở thành thói quen của bạn. Cuộc sống là một quá trình học tập. Kể từ ngày bạn ngừng học hỏi, bạn sẽ ngừng tiến về phía trước. Nếu bạn cảm thấy rằng bạn cần phải rèn luyện các kỹ năng của mình hoặc nếu bạn cảm thấy rằng mình cần học một số kỹ năng mới, thì bạn có thể chủ động. Điều này sẽ giúp bạn đạt được mục tiêu của mình. Ngoài ra, bạn cũng sẽ có thể nhận được những cơ hội mới.

Giúp đỡ người khác

Giúp đỡ người khác được coi là đức tính tốt nhất trên đời. Bạn giúp người thì nhất định ngày mai sẽ có người giúp bạn. Bạn không bao giờ có thể biết bao nhiêu người có thể được hưởng lợi từ việc giúp đỡ. Vì vậy, hãy tiếp tục giúp đỡ.

Cách rèn luyện tính chủ động

- Hãy luôn tò mò về mọi thứ xung quanh và đặt câu hỏi về chúng, chủ động đi tìm hiểu và giải đáp các thắc mắc ấy.
- Quan sát nhiều hơn và học cách lập ra những lịch trình cũng như kế hoạch cụ thể.
- Đề ra những kỷ luật cho bản thân như dậy sớm, tập thể dục mỗi ngày và ăn uống lành mạnh
- Hãy tự tin vào năng lực của bản thân và thể hiện bản thân mình.
- Tự giác hoàn thiện tốt công việc của bản thân mình cho dù là những điều nhỏ nhất.
- Học cách đưa ra sự giúp đỡ cho người khác khi họ cần và nó trong khả năng cho phép của bạn.

Sự chủ động luôn được đánh giá rất cao và người chủ động cũng luôn được xem trọng dù ở trong bất cứ trường hợp nào. Vì vậy, hãy rèn luyện bản thân, không ngừng học hỏi và trau dồi mỗi ngày để trở thành một người tích cực, chủ động trong công việc cũng như trong cuộc sống.

Hãy để tính chủ động trở thành một phần năng lực không thể thiếu của bạn trong công việc và phát huy nó. Bởi vì, có được sự chủ động bạn sẽ có cho mình nhiều cơ hội cũng như kiến thức để phát triển bản thân, làm chủ mình và ngày càng đến gần hơn cái đích của sự thành công.

Thấu hiểu chính mình và mọi người xung quanh

Người ta vẫn luôn tin rằng, muốn đạt được thành công, bạn cần có tài năng, ý chí, nỗ lực, may mắn... Tuy nhiên, có một đặc điểm chung của tất cả những người thành công, đó là: Thấu hiểu chính mình.

Bạn thực sự hiểu rõ bản thân mình đến mức nào? Đôi khi bạn có thể thấy mình đang làm mọi việc mặc dù bạn không chắc tại sao. Tiềm thức của chúng ta kiểm soát một lượng lớn hành vi của chúng ta và do đó, lý do đằng sau nhiều quyết định của chúng ta trong cuộc sống có thể bị che giấu trong bí ẩn. Tuy nhiên, nếu bạn biết cách nhìn nhận, bạn có thể hiểu rõ hơn về bản thân: Tại sao bạn đưa ra quyết định như vậy, điều gì khiến bạn hạnh phúc và bạn có thể thay đổi như thế nào để tốt hơn.

Thiền - nhìn sâu vào tâm trí

Bạn nên bắt đầu nghĩ đến việc ngồi thiền mỗi ngày. Đây là khoảng thời gian lắng đọng để làm tinh thần của bạn trở nên dịu nhẹ, an hòa. Ban đầu, bạn có thể cảm thấy rất khó để loại bỏ các ý nghĩ hỗn tạp quanh quẩn trong đầu. Đừng lo lắng, hãy phân loại những ý niệm tốt và xấu đang phát xuất từ bản thân mình, từ đó loại bỏ dần dần các suy nghĩ xấu và bạn sẽ nhanh chóng tập trung được khi thiền định.

Khi trong tâm bình hòa, bạn sẽ gột rửa được những áp lực và căng thẳng trong cuộc sống và trở nên biết lắng nghe, thấu hiểu chính mình hơn. Hẳn nhiên, thành công cũng sẽ tìm đến bạn một cách tự nhiên mà không cần cưỡng cầu.

Đây là khoảng thời gian lắng đọng để làm tinh thần của bạn trở nên dịu nhẹ, an hòa.

Thiền cũng trang bị cho bạn những kỹ năng suy nghĩ cần thiết trước khi hành động và giúp bạn có những quyết định thiết thực, đúng đắn. Bạn đang không muốn tiếp tục làm việc ở công ty này, bạn muốn tìm một môi trường tốt hơn hoặc bắt đầu khởi nghiệp? Hãy dừng suy nghĩ lại và bắt đầu ngồi thiền. Thời gian lắng đọng này sẽ giúp bạn hiểu rõ những gì đang xảy ra trong tâm trí mình và giúp bạn xác định rõ con đường cần đi, thay vì chỉ biết thuận theo những cảm xúc khó chịu và phản ứng nhất thời trước các tình huống bất lợi ở hiện tại.

Thực hành thiền chính là một trong những cách kết nối thể xác với tâm trí hiệu quả nhất. Nó giúp bạn cải thiện năng suất làm việc, thúc đẩy sức khỏe tinh thần, loại bỏ cảm giác bất an và thư giãn tâm trí. Nên nhớ rằng, tâm trí cũng giống như mầm cây cần phải nuôi dưỡng. Nếu nuôi dưỡng tốt, nó sẽ cho bạn hưởng thụ trái ngọt, còn nếu không biết cách chăm sóc thì nó sẽ trở nên cằn cỗi và khô héo.

Đừng quên trò chuyện với chính mình

Tim Ferriss, tác giả của cuốn sách *Tuần làm việc 4 giờ,* đã phỏng vấn hơn 200 doanh nhân thành đạt trên thế giới bao gồm tỷ phú Peter Thiel - nhà đồng sáng lập Paypal, diễn giả Tony Robbins và một số diễn viên Hollywood như Arnold Schwarzenegger, Jamie Foxx... Tim nhận thấy, ít nhất 80% trong số họ có thói quen mỗi ngày đều dành thời gian trò chuyện với... chính mình. Họ cũng thừa nhận đó là một cách hiệu quả để loại bỏ tạp niệm và tập trung vào những suy nghĩ của bản thân.

Khi chúng ta điều chỉnh lại suy nghĩ, lắng nghe tiếng nói trong sâu thẳm trái tim, chỉ cần vài phút mỗi ngày như thế, bạn sẽ cảm nhận được sự khác biệt trong cách suy nghĩ và hành động. Bạn sẽ không chỉ thấu hiểu bản thân hơn mà còn nắm bắt trực giác một cách nhạy bén.

Luôn tập trung cao độ

Bạn sẽ không bao giờ có thời gian dành cho chính mình nếu như vẫn tiếp tục để cho những suy nghĩ miên man chạy nhảy trong đầu. Duy trì khả năng tập trung chính là chìa khóa để giải quyết mọi công việc nhanh chóng và hiệu quả, nguồn gốc dẫn đến sự nghiệp thịnh vượng.

Đồng thời, khi tập trung cao độ, bạn sẽ không bị tạp niệm kiểm soát. Lúc này, bạn có thể thực sự nhận thức được đâu mới là suy nghĩ của chính bản thân mình mà không bị nhầm lẫn chúng với những ý niệm lan man, không đầu không cuối. Bạn không tin ư? Nếu học được cách tập trung ngay từ những việc nhỏ nhặt nhất, bạn sẽ nhận được những thành công lớn mà mà ngay cả chính bạn cũng bất ngờ.

Tôn trọng cảm xúc của bản thân

Cảm xúc là yếu tố mấu chốt thể hiện mức độ "thấu hiểu chính mình" của một cá nhân. Khi bạn thành thật với cảm xúc cá nhân, bạn sẽ dễ dàng hiểu rõ nội tâm bên trong, biết cách điều khiển cảm xúc phù hợp với từng hoàn cảnh. Học cách tin tưởng cảm xúc sẽ giúp bạn thành công hơn trong mọi lĩnh vực cuộc sống, bên cạnh tính tự giác và kiên nhẫn.

Một khi đã thấu hiểu bản thân hơn bất cứ ai thì bạn cũng sẽ nhận thức rõ hơn về cách người khác đối xử với mình. Lúc này, bạn sẽ hiểu rõ được tầm quan trọng và giá trị của chính mình: Bạn có thể làm gì để tạo nên sự khác biệt?

Như Steve Jobs từng nói: "Thời gian có hạn. Vì vậy, đừng lãng phí cuộc sống. Đừng bị mắc kẹt bởi tín điều, phụ thuộc vào lối suy nghĩ của người khác. Đừng để những thành kiến của người khác chìm đắm trong tâm trí của bạn. Và quan trọng nhất, hãy can đảm làm theo những gì trái tim và trực giác mách bảo. Mọi thứ khác chỉ là thứ yếu, hãy lắng nghe những gì bản thân mong muốn!"

Đánh giá điểm mạnh và điểm yếu của bạn

Bạn có thể hiểu rõ hơn về con người của mình và điều gì là quan trọng nhất đối với bạn bằng cách suy nghĩ về điểm mạnh và điểm yếu của mình. Điều quan trọng là bạn sẽ muốn so sánh nhận thức về điểm mạnh và điểm yếu của mình với điểm mạnh và điểm yếu được xác định bởi bạn bè, gia đình và đồng nghiệp của bạn. Những điều họ thấy mà bạn không thấy có thể cho bạn biết nhiều điều về bản thân và cách bạn nhìn nhận bản thân.

Các điểm mạnh gồm: quyết tâm, tận tụy, kỷ luật tự giác, chu đáo, quyết đoán, kiên nhẫn, ngoại giao, kỹ năng giao tiếp, khả năng tưởng tượng, sáng tạo...

Những điểm yếu gồm: tư duy khép kín, tự cho mình là trung tâm, khó nhận thức thực tế, phán xét người khác và các vấn đề về kiểm soát...

Hãy xem bạn đã thay đổi như thế nào

Nhìn lại quá khứ của bạn và nghĩ xem những gì đã xảy ra với bạn trong suốt cuộc đời đã ảnh hưởng đến cách bạn hành động và suy nghĩ ngày hôm nay.

Xem xét bạn đã thay đổi như thế nào với tư cách là một người có thể tiết lộ nhiều điều về lý do tại sao bạn lại hành động như vậy, bởi vì các hành vi hiện tại của chúng ta được xây dựng dựa trên kinh nghiệm trong quá khứ.

Ví dụ, có thể bạn có xu hướng thực sự phòng thủ trước những kẻ trộm cắp và rất gay gắt với những người mà bạn cho là ăn cắp. Khi nghĩ về điều đó, bạn có thể nhớ hồi còn nhỏ đã ăn cắp một viên kẹo trong cửa hàng và cha mẹ bạn đã trừng phạt bạn rất nặng tay, điều này giải thích cho phản ứng mạnh mẽ hơn bình thường của bạn đối với hành vi đó lúc này.

PHẦN IV

Bạn - mọi thứ trong tầm tay

Học hỏi từ sai lầm của người khác

Bạn không thể sống đủ lâu để phạm hết tất cả mọi sai lầm. Vì thế, hãy học hỏi từ những sai lầm của người khác.

Những tri thức mà bạn học được từ sách vở, trường lớp là rất ít và không đầy đủ. Trên đường đời, những bài học sâu sắc nhất mà bạn học được lại là từ cuộc sống. Cuộc sống là người thầy thật nghiêm khắc và phương pháp dạy học của nó là bạn phải mắc sai lầm trước rồi từ đó mới có thể rút ra bài học cho mình.

Để có thể rút ra bài học, chúng ta phải thẳng thắn thừa nhận sai lầm. Bản thân sai lầm không có gì đáng sợ, đáng sợ ở chỗ sai lầm vô ích: Sau khi phạm sai lầm, chúng ta không biết phân tích nguyên nhân thất bại để tránh vấp ngã những lần sau. Một bài học về sai lầm còn có giá trị hơn kinh nghiệm về thành công.

Thế nhưng, liệu có nhất thiết phải vấp ngã để có được bài học kinh nghiệm xương máu? Không ngại thất bại là một trong những phẩm chất cần có của một doanh nhân. Tuy nhiên, nếu bạn không cần vấp ngã, không phạm sai lầm, không để bản thân mình thất bại mà vẫn có được bài học quý, vậy chẳng phải điều tốt hơn ư? Thực tế cho thấy, càng thất bại, chúng ta càng tổn thất. Tổn thất về tiền bạc, về thời gian, về công sức, về tinh thần... Càng thất bại, giấc mơ giàu có của chúng ta càng trở nên xa vời. Càng thất bại, chúng ta càng thụt lùi trên con đường cạnh tranh mưu cầu hạnh phúc. Tôi cũng biết có những người sau khi thất bại, không thể nào gượng dậy nổi nữa...

Có người đã căn cứ vào khả năng rút ra bài học từ sai lầm để chia con người thành ba kiểu người khác nhau. Tôi xin được trình bày trong bài viết này để các bạn có thể chiêm nghiệm về bản thân và cuộc sống:

- *Kiểu người thứ nhất:* Không biết rút ra bài học từ sai lầm, luôn luôn phạm phải những sai lầm giống nhau. Họ không thể vươn lên trong cuộc sống được.
- *Kiểu người thứ hai:* Tuy có thể rút ra bài học từ sai lầm của mình, không phạm phải những sai lầm giống nhau, nhưng do không biết phát hiện ra những điều mang tính quy luật nên luôn phạm phải những sai lầm

khác nhau. Họ không biết phân tích nguyên nhân gốc rễ của vấn đề, tuy vậy, cũng có thể coi họ là người thông minh.

- *Kiểu người thứ ba:* Không phạm phải những sai lầm của mình cũng như của người khác đã từng mắc phải. Kinh nghiệm của người khác cũng chính là kinh nghiệm của mình. Chỉ có những người này mới biết phát huy một cách tối đa những bài học từ thất bại.

Trên thực tế, đôi khi chúng ta vẫn làm những việc mà mình cho rằng sai lầm. Ví dụ như một người biết rằng hút thuốc có hại cho sức khỏe của bản thân và cộng đồng nhưng không tài nào bỏ được thuốc lá. Hoặc có người biết mình đi lạc, nhưng sĩ diện không hỏi người xung quanh đến nỗi đi loanh quanh tới tận khuya mà vẫn chưa tìm được đường về.

Để có thể rút ra được bài học từ sai lầm, nhất thiết chúng ta phải thẳng thắn thừa nhận sai lầm của mình. Dám thừa nhận sai lầm, cũng là một phương pháp để hoàn thiện bản thân. Sau đây là một số phương pháp để chúng ta có thể rút kinh nghiệm từ những sai lầm:

- Thẳng thắn thừa nhận sai lầm của mình, không đổ lỗi cho người khác.

- Phân tích nguyên nhân gốc rễ của sai lầm đó. Việc này đòi hỏi phải tiến hành thật nghiêm túc, tỉ mỉ.
- Lên kế hoạch phương pháp để khắc phục sai lầm và phòng ngừa rủi ro tương tự có thể xảy ra.
- Đừng nuối tiếc quá khứ hay những gì đã xảy ra mà phải biết biến chúng thành động lực để thành công trong tương lai.

Những người thành đạt không phải lúc nào cũng có những quyết định đúng đắn. Ngay cả việc mua lại Berkshire Hathaway, Warren Buffett cũng cho rằng đây là sai lầm lớn của mình. Tuy nhiên, điều quan trọng là chúng ta phải biết biến nó thành bài học kinh nghiệm quý giá cho mình.

Như vậy vẫn chưa đủ, hãy quan sát, học hỏi những những người đi trước, bạn sẽ tránh được những sai lầm mà họ đã từng mắc phải.

Đâu cần phải sờ vào điện mới biết điện giật có hại đến như thế nào? Đâu cần bạn phải tự cắt vào tay mới biết đau khi chảy máu?

Hãy trau dồi tri thức và học hỏi không ngừng nghỉ, nhất định, có một ngày bạn sẽ đạt được ước mơ của đời mình!

Không tức giận khi mình làm sai

Hãy nhớ rằng: Bạn không thể kiểm soát mọi thứ xảy ra trong cuộc sống của mình, nhưng bạn có thể kiểm soát ý nghĩa mà bạn gán cho những sự kiện đó.

Bạn là người chịu trách nhiệm về cảm xúc của mình và cách bạn phản ứng với chúng. Vậy làm thế nào để thực hành kiểm soát cảm xúc, làm thế nào để từ bỏ những kỳ vọng như một phương tiện để kiểm soát phản ứng của bạn?

Đây là công thức cho chu kỳ ý nghĩa phức tạp:

Ý nghĩa = Cảm xúc = Cuộc sống

Trong cuộc sống hiện đại bộn bề những lo toan, chúng ta cảm thấy luôn ẩn chứa bao nhiêu điều bức xúc, hay nóng giận mà nhiều khi dẫn đến những hành vi tổn thương cho người khác và cho chính bản thân mình. Bởi những hành vi bốc đồng, khả năng tập trung, cưỡng lại ham muốn nhất thời, sự chấp nhặt, tức giận, bất ổn... trong giao tiếp có tác động rất lớn đến mức thu nhập và địa vị xã hội.

Dưới đây là một số cách kiểm soát cảm xúc hiệu quả:

Tránh suy nghĩ tiêu cực

Nếu nghĩ bi quan sẽ kéo theo các cảm xúc đi xuống mà qua thời gian sẽ làm tăng thêm căng thẳng và chán nản trong bạn.

Vì thế bạn hãy thừa nhận thực tế, bù lại là sự khắc phục điều đó và suy nghĩ một cách tích cực: *Tôi đã làm gì sai? Tôi cần thay đổi như thế nào? À việc này cũng không đến nỗi kinh khủng như mình nghĩ, mình có thể làm tốt hơn...*

Khi nhìn vào các mặt tích cực, bạn sẽ cảm thấy dễ chịu hơn.

Tập trung vào vấn đề cần giải quyết hơn là tranh cãi

Con người không ai hoàn hảo và ai cũng có thể mắc những sai lầm. Cho dù bạn có tức giận, trách mắng những lỗi lầm của người khác thì cả bạn và họ cũng không giải quyết được vấn đề. Tốt hơn là dừng ngay việc phàn nàn và đổ lỗi cho người khác và ưu tiên cùng nhau trước mắt tìm phương án giải quyết để hạn chế hậu quả của vấn đề có thể gây ra.

Không giữ thù hận hay ác cảm

Trong tâm mang thù hận hay ác cảm với ai đó, không những làm tiêu hao năng lượng và thời gian mà còn làm vẩn đục tư tưởng của bạn, thậm chí đẩy bạn xuống mức thấp nhất của cảm xúc tiêu cực. Hãy để mọi thứ qua đi. Tha thứ, quên đi quá khứ và thoát khỏi hố sâu của hận thù mà chỉ nghĩ về một tương lai hạnh phúc ở phía trước đang chờ đón bạn.

Không gửi thư trong cơn giận dữ

Trong lúc tức giận, chắc chắn bạn sẽ viết ra những điều không mấy tốt đẹp và có thể gây thương tổn cho người khác, thậm chí còn phá hỏng sự nghiệp của bạn. Vì vậy, nên để tâm trạng bình tĩnh hơn, sau đó mới giải quyết các công việc tiếp.

Viết ra giấy những gì tốt đẹp

Thay vì nổi giận với một ai đó, hãy bình tâm lại, cố gắng tìm một không gian yên tĩnh để trấn tĩnh lại và viết ra những điều tốt đẹp người đó làm cho bạn. Hãy tìm ra những lý do mà bạn biết ơn người đó. Đánh giá lỗi lầm một cách khách quan là cách đối xử công bằng với họ và với cả bản thân chúng ta.

Học cách đối mặt với khó khăn

Nếu bạn biết trước bạn sẽ phải đối mặt với rất nhiều khó khăn và thử thách trong thời gian sắp tới, thay vì trốn tránh hãy tìm cách để đối mặt với chúng. Và hãy tập tranh luận để khi vào tình huống thực sự, bạn có thể kiềm chế được những cảm xúc của mình.

Bình tĩnh trong mọi tình huống

Mất bình tĩnh có thể làm bạn nổi cáu, cãi nhau, thậm chí đánh nhau với người khác... Vì vậy, khi gặp những thử thách, khó khăn, bạn hãy suy nghĩ để tìm cách giải quyết những khó khăn đó. Bạn cần phải tỉnh táo để nhìn nhận vấn đề một cách toàn diện, đầy đủ nhất. Đừng chỉ nhìn nhận vấn đề theo một hướng, vì sẽ chỉ nhận thấy sai lầm ở người khác mà không nhận ra hạn chế ở chính mình.

Học cách nhìn nhận lại

Đôi lúc bạn sẽ cảm thấy thực sự tức giận, hãy nhìn lại xem lý do khiến bạn tức giận. Hãy nghĩ xem sự tức giận đó có thể gây ra những hậu quả gì. Điều này sẽ giúp bạn giảm bớt sự tức giận tránh được những hành động không hay.

Học cách giải tỏa cảm xúc

Kiềm chế cảm xúc quá nhiều sẽ ảnh hưởng tới sức khỏe của bạn. Bản thân tự giải tỏa cơn tức giận trước khi đối diện để nó không có cơ hội bùng lên mạnh hơn. Vậy nên, bạn hãy tìm cách kiềm chế cảm xúc cho bản thân nhé!

Thường xuyên chia sẻ những cảm xúc của bạn với người bạn thực sự tin tưởng, đó có thể là bạn thân, đó có thể là gia đình, đó có thể là mẹ...

Tập thể dục thường xuyên làm tăng sức lực cho cơ thể và hỗ trợ bộ não tập trung, giúp bạn kiểm soát được cơn nóng giận. Ngoài ra, còn làm giảm nguy cơ hành động, lời nói, cử chỉ quá mức bình thường.

Nếu bạn là người mau nước mắt hay để bộc lộ cảm xúc hãy nghĩ đến những câu chuyện hài hước, nghĩ đến chuyện vui bạn đã từng trải qua, hãy uống một cái gì đó thật lạnh... Nó sẽ giúp bạn kiềm chế cảm xúc của mình tốt hơn.

Thiền định

Stress và lo lắng là nguyên nhân của sự tức giận, thiền định có thể giúp bạn giảm bớt những điều này một cách tối đa.

Viết nhật ký

Nếu bạn chưa thực sự tin tưởng ai, hãy tập cho mình thói quen viết nhật ký. Nhật ký là một hình thức khác lành mạnh để kiềm chế cảm xúc của bạn. Đây là nơi tuyệt vời để giải thoát các ý tưởng, cảm xúc tiêu cực mà không làm tổn thương bất cứ ai. Bạn có thể học cách tự "viết ra" trong tâm trí của mình những cảm xúc... và "đọc" nó, nghĩa là "dõi theo" nó. Đó chính là lắng nghe tiếng nói bên trong để nhận biết và hiểu rõ cảm xúc bản thân.

Khi bạn bắt đầu làm chủ cảm xúc của mình, điều quan trọng là phải hiểu rằng chúng là cảm xúc của bạn. Họ thuộc về bạn. Bằng cách để cho cảm xúc của bạn điều khiển chương trình - và gán ý nghĩa tiêu cực cho chúng – bạn có thể làm hỏng các mối quan hệ và cuộc sống của mình. Khi bạn lùi lại và phản ứng theo cảm xúc với hoàn cảnh, bạn cho phép thế giới xảy ra với bạn thay vì cho bạn.

Vậy bạn có thể làm gì để giành lại quyền kiểm soát cảm xúc hoặc ngăn bản thân đánh mất nó? Thay đổi ý nghĩa và bạn thay đổi cảm xúc. Điều ngược lại cũng đúng - thay đổi cảm xúc và bạn sẽ thay đổi ý nghĩa. Thay đổi ý nghĩa, chắc chắn bạn sẽ thay đổi cuộc sống của mình!

Luôn khen ngợi người khác

Những người thành công biết dùng nụ cười, lời khen biểu lộ sự thân thiết để khuyến khích, khẳng định giá trị của người khác và rất ít khi nói những câu chán nản. Biết cách khen ngợi, phát huy sức mạnh của lời khen đúng lúc và chân tình chính là thể hiện sự tôn trọng người khác một cách tinh tế nhất.

"Thiện ý một câu ấm ba đông, lời ác lạnh người sáu tháng ròng", sức mạnh của một câu nói lớn ngần nào?

Xin được gửi tới bạn câu chuyện nhỏ sau:

Một ông lão đã về hưu và tìm thú vui với việc chăm sóc khu vườn của mình. Ông chăm sóc từng đóa hoa và yêu mến chúng. Một ngày nọ, có một đám trẻ chạy vào khu vườn nhà ông đùa giỡn và làm hư khu vườn của ông.

Quá buồn bực, ông quyết định làm hàng rào để bảo vệ vườn hoa. Nhưng bọn trẻ vẫn không ngại ngần mà xông vào trong hàng rào nhà ông để đùa giỡn. Ông đuổi bọn chúng đi và buồn bực.

Vợ ông biết chuyện và chỉ cho ông một cách...

Ngày hôm sau nữa, đám trẻ vẫn cứ xông vào khu vườn nhà ông để chạy giỡn và tiếp tục làm hư vườn hoa của ông. Ông phát hiện và bắt lấy thằng nhóc "đầu đàn", nhưng thay vì mắng nó, ông đã nói: "Simon, cháu đừng lo, ta sẽ không làm gì cháu đâu".

Simon hỏi: "Sao ông lại biết tên cháu ạ?"

Ông lão đáp: "Chẳng những vậy, ta còn biết cháu là cậu bé ngoan nhất khu phố này. Ai ai cũng khen ngợi".

Simon ngạc nhiên hỏi: "Cháu ư?"

Ông lão trả lời: "Đúng vậy. Ta đang cần một người bảo vệ vườn hoa này, ta phong cho cháu làm đội trưởng đội bảo vệ vườn hoa. Không biết cháu có thích không?"

Simon trầm tư hỏi: "Đội trưởng ư? Sao ông lại tin tưởng giao nó cho cháu?"

Ông lão cười đáp: "Vì cháu là một cậu bé khỏe mạnh, thông minh và dũng cảm. Cháu còn là thủ lĩnh của đám trẻ trong khu phố nữa, có đúng không? Lát nữa ta sẽ phá bỏ hàng rào đi, ta tin cháu là một đội trưởng xuất sắc, luôn hoàn thành nhiệm vụ".

Simon hỏi: "Thật sao ạ? Để không phụ lòng tin tưởng của ông, cháu hứa sẽ hoàn thành nhiệm vụ".

Đúng như lời hứa, Simon đã thông báo với đám bạn về việc mình "lên chức" đội trưởng bảo vệ hoa. Nó cũng bắt đầu khuyên các bạn mình cùng có ý thức khi chơi đùa ở vườn hoa và nghiêm túc thực hiện nhiệm vụ của mình. Kể từ đó, ông lão không còn phải lo vườn hoa nhà mình bị lũ trẻ trong khu phố hay những nơi khác đến phá hoại nữa.

Việc ông lão mạnh dạn để cậu bé Simon giúp mình trông khu vườn đã cho ta thấy được sức mạnh của lời khen ngợi. Đôi khi, những lời trách mắng, những đòn trừng phạt hay sự giận dữ không thể làm được gì. Chỉ có những lời khen ngợi, động viên giúp đối phương một lối thoát để sửa sai mới thật sự hữu hiệu.

Hầu như mọi người đều thích nhận được lời khen "đặc biệt của riêng mình", và tất cả mọi người đều có cảm giác thân thiện với người khen tặng. Tuy nhiên, bạn phải lưu ý 3 quy tắc sau:

- ***Quy tắc 1 - Chỉ nói riêng với người nhận:*** Nếu bạn đứng cùng một nhóm phụ nữ và bạn khen ngợi một người phụ nữ có phom người cân đối thì những phụ nữ khác sẽ cảm thấy mình như thùng mỡ vậy... Đồng thời, bạn làm cho chính người nhận lời khen cũng không cảm thấy thoải mái gì.
- ***Quy tắc 2 - Hãy làm cho người ta tin vào lời khen đặc biệt của bạn:*** Chẳng hạn như, tôi là một người không có khiếu âm nhạc. Nếu một ai đó nói rằng họ thích giọng hát của tôi, tôi biết đó là những lời nhảm nhí, không thật tình.
- ***Quy tắc 3 - Chỉ nói duy nhất một "lời khen đặc biệt" với một người trong vòng nửa năm.*** Nếu không, bạn sẽ bị xem là một người giả dối, bợ đỡ, xu nịnh...

Ngoài việc biết cách đưa ra lời khen đúng lúc và chân tình, bạn cũng nên nhớ cách tiếp nhận và đáp lại lời khen khi người khác khen bạn. Khi một người nào đó mang lại cho bạn niềm vui bằng lời khen ngợi, hãy để niềm vui đó quay trở lại với họ. Hãy để cho họ thấy được sự cảm kích của bạn, và hãy tìm cách khen lại họ vì đã dành lời khen cho bạn. Sự tương tác của những lời khen tinh tế và chân tình giúp chúng ta tự tin và gần gũi với nhau hơn rất nhiều. Hy vọng tất cả chúng ta sẽ thay đổi quan niệm và thái độ của mình đối với những lời khen ngợi...

Khiêm tốn về sự hiểu biết của chính mình

Khiêm tốn là đức tính tốt, giúp bạn được mọi người quý mến và ngày một hoàn thiện hơn. Một phần của sự khiêm tốn cũng là nhận ra khuyết điểm và điểm yếu của bạn. Nó giúp bạn nhận thức được bạn đang thiếu những kỹ năng, đức tính gì trong cuộc sống.

Khiêm tốn sẽ cải thiện chỉ số hạnh phúc của bạn và bạn cảm thấy bình yên với chính mình. Dưới đây là một số cách khiến bạn cải thiện và trau dồi kỹ năng khiêm tốn của chính mình.

Hãy cứ là chính mình

Không cần phải so sánh bản thân với người khác và cảm thấy tồi tệ nếu bạn kém hơn một chút so với bất kỳ ai. Khiêm tốn có nghĩa là trân trọng con người bạn. Chấp nhận tất cả những sai sót và yếu kém của bạn.

Thừa nhận sai lầm của bạn

Bạn cần chấp nhận sự thật rằng bạn không thể giỏi tất cả mọi thứ ngay cả khi bạn cố gắng hết sức. Thật tốt khi ca ngợi thành tích của người khác và chấp nhận sự thật rằng sẽ luôn có người giỏi hơn bạn. Đừng bao giờ làm chệch hướng hoặc đổ lỗi cho người khác vì điều đó sẽ biến bạn thành một kẻ kiêu ngạo.

Hiểu khuyết điểm của bạn và loại bỏ chúng

Bạn nên biết điểm yếu của mình và cố gắng loại bỏ chúng. Ngừng cạnh tranh với những người khác bởi vì bạn không ở đây để chứng minh mọi thứ với người khác, mà là với chính bạn. Cần tìm cách để xóa bỏ những điểm yếu kém, sai sót khiến bản thân ngày một tốt hơn.

Thực hành lòng biết ơn

Hãy luôn biết ơn những gì bạn đã đạt được trong cuộc sống. Thể hiện lòng biết ơn đối với cha mẹ, vợ/chồng, bạn bè và những người có thiện chí, những người hẳn đã giúp bạn thực hiện thành công các mục tiêu trong cuộc sống. Hãy biết ơn tất cả những điều nhỏ bé mà bạn có trong cuộc sống của mình mà những người khác có thể không có. Lòng biết ơn dạy cho bạn sự khiêm nhường.

Tránh khoe khoang

Một cách khác để trở nên khiêm tốn hơn là giữ im lặng về thành tích của bạn cho đến khi được yêu cầu. Đừng khoe khoang thành tích của bạn và cho mọi người biết rằng bạn giỏi hơn họ.

Cố gắng cởi mở và ân cần

Đón nhận mọi ý kiến của người khác, đặt vị trí của mình vào vị trí người khác. Nó sẽ khiến bạn trở thành một người biết lắng nghe và bạn sẽ được mọi người tôn trọng, yêu mến.

Khen ngợi người khác

Học cách đánh giá cao và khen ngợi người khác về thành tích của họ. Bằng cách này, bạn sẽ nhận ra rằng có rất nhiều người khác ngang hàng với bạn hoặc tốt hơn bạn. Người khiêm tốn không khoe khoang và không bao giờ nói về những gì họ đã làm; thay vì vậy họ cố gắng tập trung vào cách những người khác đã đóng góp vào thành tích của họ. Vì vậy, nếu bạn muốn trở nên khiêm tốn hơn, hãy chỉ khen ngợi tất cả những người đã giúp đỡ bạn, góp phần của họ vào thành công mà bạn đang có trong tay.

Học cách đón nhận phản hồi

Người khiêm tốn luôn cởi mở đón nhận ý kiến phản hồi dù tốt hay xấu. Họ thích nhận phản hồi và cải thiện bản thân như một con người. Bằng cách này, họ làm cho cuộc sống của họ hạnh phúc hơn. Nếu bạn muốn trở nên khiêm tốn, hãy tập tiếp nhận mọi kiểu phản hồi và đừng bao giờ nản lòng. Hãy nhớ rằng phản hồi của họ rất quan trọng đối với sự trưởng thành và phát triển cá nhân của bạn.

Tìm kiếm sự giúp đỡ từ người khác khi bạn cần

Người khiêm tốn luôn tìm kiếm sự góp ý của người khác trong những lúc cần thiết. Họ luôn cởi mở để tiếp nhận lời khuyên từ người khác để có thể sử dụng những lời khuyên đó để giải quyết các vấn đề khác nhau trong cuộc sống.

Vui vẻ trước thành quả của người khác

Người bạn thân của bạn vừa đạt được một thành quả tuyệt vời trên con đường sự nghiệp của họ: vừa được thăng chức; giành được một hợp đồng làm ăn lớn cho công ty; hoặc tìm được một công việc mới xứng đáng với tài năng của họ...

Bất kể thành quả cụ thể đó là gì, bạn có thể dễ dàng cảm thấy mình bị bỏ lại với một mớ cảm xúc hỗn độn trong lòng lúc này. Bạn vui vì người bạn thân đã làm được một điều tuyệt vời. Tuy nhiên, thật là dối lòng biết bao nếu bạn nói rằng mình không hề ghen tỵ gì với thành quả đó.

Nó chính là thực tế diễn ra hàng ngày trong các mối quan hệ. Nghề nghiệp mang tính cạnh tranh vì thế, tỏ ra nhiệt tình và vui mừng khi ai đó đạt được một thành tựu lớn không hề là một hành động tự nhiên như mọi người vẫn nghĩ.

Sau đây là một số cách đơn giản giúp bạn vượt qua được cảm giác ích kỷ, khó chịu và thực sự cảm thấy mừng cho những người bạn thành công hơn mình.

Thành công của họ không đồng nghĩa là thất bại của bạn

Đây là câu hỏi tôi luôn muốn hỏi chính bản thân mình khi tôi cảm thấy ghen tỵ với thành công của người khác: Thành công của họ sẽ ảnh hưởng đến tôi như thế nào?

Trong hầu hết mọi trường hợp, câu hỏi này buộc tôi nhận ra rằng cảm giác tiêu cực trong mình hoàn toàn không có căn cứ và không cần thiết, rằng thành quả mà người khác đạt được không hề ảnh hưởng gì đến những điều tôi đang làm trong cuộc sống hàng ngày của mình.

Thật dễ dàng nhầm lẫn giữa thành công của người khác với thất bại của chính bạn. Nhưng, hầu như chưa bao giờ xảy ra trường hợp hai điều đó là một. Bạn nên nhớ rằng, một bước tiến lên trong sự nghiệp của người khác không tự động dẫn đến một bước lùi lại của chính bạn đâu nhé.

Một khi bạn hiểu được rằng thành công mà người khác đạt được không hề xuất phát từ việc họ nỗ lực "xô bạn ngã nhào", thì sẽ dễ dàng hơn rất nhiều để bạn cảm thấy vui cho thành quả của họ.

Làm mới mục tiêu của bạn

Trong khi việc so sánh, ghen tỵ về sự nghiệp lẫn nhau có thể là một cái bẫy gây khó chịu cho chính mình, nhưng chúng ta không thể phủ nhận rằng nó cũng là động lực nhắc nhở bạn cần tập trung cao độ hơn và tiếp tục nỗ lực tiến về phía trước mỗi ngày.

Vì lý do đó, đây chính là thời điểm tuyệt vời để bạn nhìn lại chính sự nghiệp của chính mình và xác định rõ hơn đâu là thứ bạn muốn đạt được tiếp theo.

Cho dù đó chỉ là một vài việc rất nhỏ như thay đổi cách ăn mặc khi đi làm, hoặc là một cột mốc quan trọng đáng lưu ý như chuyển đổi toàn bộ định hướng nghề nghiệp, hãy bình tĩnh cho mình thời gian để viết ra toàn bộ những gì bạn muốn đạt được trong vòng sau tháng tới hoặc hơn nữa. Nhưng đừng chỉ dừng lại ở đó, hãy nghĩ xem một số hành động cụ thể bạn cần làm để biến những mục tiêu, dự định kia trở thành sự thật.

Nghe có vẻ kỳ quặc khi dùng thành công của người khác làm bàn đạp tích cực cho những bước tiến trong sự nghiệp của bạn. Hầu như ai trong chúng ta cũng ghét phải thừa nhận một sự thật rằng, trong cuộc sống, chúng ta luôn có xu hướng chống lại những người xung quanh mình để thể hiện bản thân. Vì thế, thực sự không còn động lực nào hữu hiệu hơn là dựa vào thành công của người khác để chiến đấu cho chính những mục tiêu của mình.

Thêm vào đó, khi biết và hiểu rõ rằng bạn cũng có những kế hoạch và mục tiêu trong chính nghề nghiệp của mình, bạn sẽ ít cảm thấy tủi thân và ghen tức hơn khi ăn mừng thành quả của người khác.

Học hỏi từ họ

Khi chúng ta quá tập trung vào việc cạnh tranh lẫn nhau, chúng ta dễ dàng quên mất giá trị của sự hợp tác. Nếu bạn không chú ý ghi chú lại kinh nghiệm từ những thành quả bạn bè mình đạt được, bạn đang lãng phí thời gian và đánh mất những cơ hội tuyệt vời đấy. Thay vì tỏ thái độ khó chịu và phản đối thành công của một người, tại sao bạn không học hỏi từ nó?

Giả sử, nếu người bạn thân vừa chiến thắng trong cuộc thi những nhà khởi nghiệp trẻ, thay vì cảm thấy tức tối và cay đắng với thực tế là bạn cũng muốn làm một điều tương tự, tại sao bạn lại không hỏi họ về quá trình nỗ lực từ con số 0 như thế nào để đạt được thành quả ngày hôm nay? Từ đó rút ra bài học kinh nghiệm để làm tốt hơn với dự định của chính mình.

Những kinh nghiệm chính là một nhà giáo dục tuyệt vời. Và điều đó cũng đúng đối với kinh nghiệm bạn học được từ người khác. Vì vậy, đừng bỏ lỡ cơ hội khẳng định giá trị của bản thân và tiếp thu bài học từ những tấm gương đi trước.

Trong khi chúng ta đều nghĩ về bản thân mình như một người bạn tốt, luôn động viên và khuyến khích khi những người xung quanh chúng ta đạt được những điều tuyệt vời thì thực tế không phải lúc nào cũng hoàn hảo như vậy. Bạn cũng biết quá rõ, cảm giác vui mừng cho người khác sẽ nhanh chóng bị lu mờ và thay thế bởi sự ghen tỵ và tức giận.

Tuy nhiên, bạn hoàn toàn có thể thay đổi được điều đó. Hãy sử dụng những lời khuyên trên để khen ngợi và hoan nghênh thành công của người khác. Khi đó, bạn không chỉ là một người bạn tốt, mà còn là một chuyên gia giỏi trong lĩnh vực thăng tiến nghề nghiệp đấy.

Thưởng thức thế giới xung quanh bạn

"Điều nhiệm màu không phải là đi trên mặt nước. Điều nhiệm màu là đi dạo trên mặt đất xanh tươi, lắng sâu thưởng thức từng phút giây trong thời điểm hiện tại, và cảm thấy thật sự mình đang sống".

- Thiền sư Thích Nhất Hạnh

Càng trải qua những ngày tồi tệ, tôi càng học được cách trân trọng những điều nhỏ nhặt. Giờ đây, một con chim bay ngang qua, tiếng cười nói, bạn bè nhìn nhau cười, và một khóm hoa thủy tiên vàng nở rộ cũng đủ làm lòng tôi ấm áp và một ngày của tôi trôi qua một cách nhẹ nhàng, dễ chịu hơn. Một phần trong tôi ước mình có thể là chú chim được tự do nhìn ngắm thế giới hoặc cười đùa với bạn bè, nhưng khoảnh khắc đó không dành cho tôi. Thật là một đặc ân khi được nhìn thấy nó và tận hưởng nó, đặc biệt là trong thế giới đầy những màn hình sáng chói và những tâm trí và trái tim đầy mây mù này.

Những ngày khó khăn của tôi nhắc nhở tôi phải tập trung vào những điều tốt đẹp, điều này gần như không dễ dàng như người ta tưởng và phải hiện diện. Đối với tôi, hiện diện có nghĩa là tận hưởng trọn vẹn khoảnh khắc; nó có nghĩa là không căng thẳng về những gì tôi phải làm vào ngày hôm đó, tuần tới hoặc trong một năm (những điều luôn khiến tôi lo lắng) và sống trong khoảnh khắc đó - để nhìn thấy vẻ đẹp trong đó.

Tắt điện thoại

Khi đi ăn, đôi khi bạn có cảm giác như mình đang không ăn, hoặc mình đang ăn một mình, vì tay liên tục lướt trên chiếc điện thoại yêu quý, hoặc đối phương của bạn cũng đang làm vậy. Cho nên, bạn đã không thưởng thức trọn vẹn bữa ăn, thời gian ở cạnh người bạn yêu thương cứ thế trôi qua một cách vô nghĩa.

Mẹo chuyên nghiệp: Hãy tắt điện thoại của bạn, đặc biệt là trong những dịp đặc biệt, chẳng hạn như một buổi hẹn hò. Nếu không bạn sẽ mất đi người yêu của mình lúc nào không hay đấy.

Quan sát thế giới

Có rất nhiều điều bạn có thể học được bằng cách ngồi trên ghế đá công viên và quan sát mọi thứ trôi qua. Xem chó chơi, chim bay, ong thụ phấn và mọi người sống cuộc sống của họ... Hãy tìm kiếm điều gì đó nâng tầm tâm hồn bạn, sưởi ấm trái tim bạn và truyền cảm hứng hành động trong bạn.

Tập trung vào hơi thở của bạn

Một mẹo nhanh để thiền và hiện diện là tập trung vào hơi thở của bạn. Một số người đếm 1, 2, 3, 4 trong và ngoài. Một số người chỉ cần nhắc nhở bản thân "Vào... và ra". Một số tạo ra thần chú. Có thể thử hít vào "Hòa bình" và thở ra "Niềm vui" hoặc hít vào "Tôi là..." và thở ra "Thanh thản..."

Hãy tìm hiểu và thực hành cách phù hợp với bạn.

Làm từng việc một

Có rất nhiều việc trên bàn của bạn, nhưng bạn sẽ không bao giờ hoàn thành chúng nếu bạn cố gắng giải quyết tất cả chúng cùng một lúc. Chọn nhiệm vụ cấp bách nhất của bạn, hoàn thành nó, đánh dấu nó và chọn một nhiệm vụ khác. Hãy dành từng khoảnh khắc một cách chậm rãi và tập trung.

Hãy dành một chút thời gian và chỉ lắng nghe

Nghe nhạc của thế giới xung quanh bạn, tiếng cây xào xạc, tiếng chim hót líu lo, tiếng cười, tiếng mưa, âm nhạc, giao thông, v.v... Trải nghiệm thế giới bằng đôi tai của bạn và nhớ rằng vẻ đẹp không phải lúc nào cũng có thể nhìn thấy được. Vẻ đẹp có nhiều hình dạng, kích cỡ, âm thanh và trải nghiệm.

Viết nhật ký

Viết nhật ký là một cách tuyệt vời để kết nối với bản thân và thực sự tiếp xúc với cảm xúc, suy nghĩ, ước mơ và thử thách của bạn. Chúng sẽ khiến bản thân dễ chịu hơn bao giờ hết.

Thiết lập mục tiêu cho mọi việc

Để học cách đạt được mục tiêu, bạn phải thiết lập lộ trình nhất định. Hãy tạo một kế hoạch hành động lớn không chỉ nêu chi tiết kết quả và chuỗi hoạt động của bạn mà còn kết nối mục đích của bạn với mục tiêu. Khi bạn sắp xếp cảm xúc của mình phù hợp với việc đạt được mục tiêu, bạn sẽ kích hoạt khả năng của bộ não để tập trung vào điều có ý nghĩa nhất đối với bạn.

Mọi người không phải là chuyên gia bẩm sinh trong việc thiết lập và đạt được mục tiêu. Những người thành công trong cuộc sống đã đạt được mục tiêu bằng cách khai thác sức mạnh của bộ não và tập trung vào những gì họ muốn nhất.

Hãy cụ thể về những gì bạn muốn đạt được

Hầu hết mọi người không biết họ muốn làm gì với cuộc sống của mình, và thậm chí sau khi suy nghĩ kỹ, họ vẫn không biết điều họ thực sự muốn làm. Đây là một trong những lý do chính khiến hầu hết mọi người sống một cuộc sống trung bình, mặc dù ngày nay có rất nhiều sách và hội thảo về thành công.

Hãy suy nghĩ kỹ và quyết định những gì bạn thực sự muốn đạt được. Đó phải là những điều thực sự quan trọng đối với bạn.

Lập kế hoạch hành động

Dành nhiều thời gian nếu bạn cần để tìm ra một hoặc nhiều mục tiêu, kể cả những mục tiêu nhỏ cũng được. Không phải ai cũng thực sự khao khát thành công rực rỡ và sẵn sàng thay đổi hoàn toàn cuộc đời mình. Không phải ai cũng khao khát trở thành triệu phú, hay sở hữu tài năng kiếm tiền.

Sau khi tìm thấy mục tiêu mà bạn thực sự mong muốn đạt được, hãy vạch ra một kế hoạch càng thực tế càng tốt.

Lập danh sách các bước

Liệt kê các bước bạn cần thực hiện, chẳng hạn như đăng ký một khóa học, học, đọc, phát triển các kỹ năng cần thiết, tìm việc và các bước khác bạn cần thực hiện để đưa bạn đến gần hơn với mục tiêu của mình.

Hãy hành động, đừng thụ động

Hãy hành động và làm theo các bước trong danh sách của bạn. Đừng chỉ thụ động, ngồi một chỗ chờ đợi mọi thứ xảy ra.

Đọc và nghe lời khuyên

Đọc sách hoặc bài viết về những gì bạn muốn đạt được. Hãy gặp gỡ những người có thể giúp đỡ bạn và lắng nghe lời khuyên của họ, nhưng hãy sử dụng lý trí và lẽ thường của bạn trước khi chấp nhận bất cứ điều gì.

Kế hoạch thay thế

Nếu một kế hoạch nào đó không hiệu quả, bạn cần phải có các phương án hoặc kế hoạch thay thế. Vì thế, hãy chuẩn bị thật kỹ trước khi bắt đầu thực hiện.

Kiểm tra mục tiêu của bạn định kỳ

Một số mục tiêu không đáng để đạt được. Hoàn cảnh và con người thay đổi. Một số mục tiêu mất đi tầm quan trọng của chúng. Bạn nên thường xuyên kiểm tra lại các mục tiêu của mình và loại bỏ những mục tiêu vô giá trị.

Cân bằng cơ thể và tâm trí

Trong cuộc sống hiện đại nhiều biến động, sự căng thẳng chiếm lĩnh và con người thường thấy bản thân đặt nhiều kỳ vọng để thực hiện, cố gắng cân bằng giữa sự nghiệp, gia đình, lo lắng về cuộc sống tiền - hậu đại dịch và hơn thế nữa những gì còn lại là sự cạn kiệt năng lượng.

Tìm kiếm sự viên mãn trong mọi khía cạnh cuộc sống không còn dễ dàng khiến chúng ta không thể hài lòng và dần mất thăng bằng. Có thể chúng ta chưa nhận ra việc phải giải quyết mọi chuyện mệt mỏi ấy bằng một lần nhận thức về bản thân. Đơn chỉ là chúng ta chưa cân bằng được thân - tâm chúng ta, và cần một sự bắt đầu nhằm tìm kiếm sự cân bằng sức khỏe toàn diện.

Dưới đây là 25 cách cân bằng tâm trí, cơ thể và tâm hồn của bạn:

- *Đọc và học thường xuyên:* Việc học của bạn không nên dừng lại khi bạn đã ra trường. Mở rộng tâm trí của bạn với những khả năng, niềm tin và sở thích mới bằng cách đọc, tham gia các lớp học trực tuyến, xem phim tài liệu và tham dự hội thảo...

- *Thiền định thường xuyên:* Thiền cải thiện trí nhớ, sự chú ý, tâm trạng, chức năng hệ thống miễn dịch, giấc ngủ và khả năng sáng tạo. Tất cả chỉ mất vài phút mỗi ngày để bắt đầu gặt hái những lợi ích.

- *Tập yoga:* Yoga giúp bạn xây dựng sức mạnh, sự phối hợp và tính linh hoạt trong khi làm dịu tâm trí, rất có ích cho sức khỏe tổng thể của bạn. Nó cũng bao gồm sự kết nối tâm trí - cơ thể - linh hồn.

- *Tránh ngồi lâu:* Cố gắng đứng hoặc di chuyển trong khi bạn làm việc, nếu có thể. Ngồi quá nhiều có liên quan đến bệnh tim, tiểu đường và tuổi thọ bị rút ngắn.

- *Tập thể dục:* Tập thể dục với nhịp độ trung bình đến nhanh ít nhất 15 phút mỗi ngày.

Sống gần nơi làm việc? Đi bộ hoặc đạp xe vào những ngày đẹp trời. Tập thể dục rất quan trọng đối với sức khỏe tim mạch, sức chịu đựng thể chất và tâm trạng.

- *Dành thời gian ở bên ngoài:* Đặc biệt là vào thời điểm lý tưởng trong năm để đi bộ đường dài, leo núi, dã ngoại, cắm trại...
- *Tham gia vào một tổ chức hoặc nhóm hoạt động tình nguyện:* Sử dụng tiếng nói hoặc tài năng của bạn để làm những điều tốt đẹp, ý nghĩa.
- *Thúc đẩy niềm đam mê của bạn:* Dành một chút thời gian mỗi ngày để làm những gì khiến tâm hồn bạn hạnh phúc. Nhiều người trong chúng ta làm việc quá nhiều đến nỗi quên mất cảm giác tuyệt vời như thế nào khi vẽ, khiêu vũ, sáng tác nhạc, viết lách, làm vườn hoặc bơi lội.
- *Thường xuyên nghe nhạc:* Và hát hoặc nhảy theo!
- *Hãy biết ơn:* Dành thời gian mỗi ngày để viết hoặc nghĩ về những điều bạn biết ơn, như gia đình, bạn bè, vật nuôi, thức ăn, chỗ ở, sức khỏe hoặc vẻ đẹp của thiên nhiên.

- *Đối xử tốt với mọi người, bao gồm cả chính bạn*: Trước khi yêu thương người khác, hãy học cách yêu thương chính bản thân mình.
- *Ngủ đủ giấc mỗi đêm:* Và hãy nhớ rằng bạn không bao giờ quá già để chợp mắt.
- *Từ bỏ dần thói quen làm đẹp bằng mỹ phẩm của bạn:* Chuyển sang các sản phẩm tự nhiên.
- *Loại bỏ các chất tẩy rửa hóa học mạnh ra khỏi nhà:* Mua chất tẩy rửa xanh, hoặc tự làm.
- *Tìm một con đường sự nghiệp có ý nghĩa với bạn:* Theo đuổi ước mơ của bạn, không phải sự giàu có.
- *Bỏ qua những điều nhỏ nhặt:* Nếu một cái gì đó không quan trọng vào ngày mai, đừng để nó làm hỏng ngày hôm nay.
- *Sống chậm lại:* Một chút nghỉ ngơi và thư giãn khi bạn đã quen với việc dành nhiều thời gian di chuyển có thể bổ sung năng lượng cho tâm trí và cơ thể của bạn.
- *Đừng chiều lòng người:* Có một sự khác biệt giữa tử tế và là một tấm thảm chùi chân. Nếu bạn dành quá nhiều thời gian để lo lắng về những gì người khác sẽ nghĩ, bạn

sẽ đánh mất chính mình và cuối cùng cảm thấy đau khổ.

- *Loại bỏ những nguồn căng thẳng chính ra khỏi cuộc sống của bạn:* Điều này bao gồm chi tiêu không cần thiết, lộn xộn, công việc bạn ghét hoặc các mối quan hệ không lành mạnh.
- *Tránh ngồi lê đôi mách và kịch tính:* Đánh giá hàng xóm và đồng nghiệp của bạn không khiến bạn trở nên ưu việt hơn; nó chỉ làm cho bạn khó tin tưởng.
- *Cười thường xuyên.*
- *Du lịch và tìm hiểu về các nền văn hóa khác:* Làm điều này càng nhiều càng tốt!
- *Tha thứ cho những sai lầm trong quá khứ của bạn:* Học hỏi từ quá khứ, nhưng đừng để nó hủy hoại bạn.
- *Lựa chọn các biện pháp tự nhiên bất cứ khi nào bạn có thể:* Với sự hướng dẫn của một bác sĩ sức khỏe toàn diện, các loại thảo mộc, thực phẩm phù hợp và tinh dầu có thể chữa bệnh rất tốt và ít tác dụng phụ nguy hiểm hơn hầu hết các loại dược phẩm.

Sống như ngày mai sẽ chết

Sách *Châm ngôn* trong Kinh Thánh có chép một lời dạy dỗ khôn ngoan: "Đến nhà tang lễ hơn là đến nơi yến tiệc, vì ở đó người ta nhìn thấy sự cuối cùng của đời mình".

Thoạt nghe có thể thấy hơi tiêu cực, tuy nhiên ngẫm nghĩ sâu xa hơn một chút ta sẽ thấy ý nghĩa của nó vô cùng sâu sắc và ẩn chứa một ảnh hưởng vô cùng lớn đến cuộc đời mỗi người.

Rất nhiều người khi đang sống không bao giờ nghĩ đến việc mình sẽ chết và chẳng bao giờ quan tâm đến giá trị thực của cuộc sống. Đột nhiên, họ mắc bệnh hay ở trong một tình thế hiểm nghèo, đối diện với cái chết, lúc đó họ mới nhận ra những gì thực sự có ý nghĩa trong cuộc đời, nhưng đã quá muộn để sửa sai.

Vì vậy, nếu chúng ta nhìn thấy cái kết cục chắc chắn của cuộc đời rằng: Chúng ta không sống mãi và tất cả những vinh quang, tiền bạc, của cái, danh tiếng... sẽ không có giá trị lâu dài thì chúng ta sẽ biết đặt trọng tâm cuộc sống vào đâu, làm thế nào để hưởng hạnh phúc mỗi ngày.

Một suy nghĩ sai lầm khá phổ biến ngày nay cho rằng, đằng nào cũng chết nên ta hãy tìm mọi cách để tận hưởng ngày hôm nay bằng cách thỏa mãn bản thân bất kể giá nào, kể cả bằng cách vô đạo nhất, hậu quả của cách nghĩ này không những không mang lại cho người ta hạnh phúc mà ngược lại là đau khổ và thất vọng vô biên.

Nhưng, khi chúng ta suy nghĩ cuộc sống là hữu hạn, chúng ta cần làm những gì tốt nhất và có ý nghĩa nhất cho trong ngày hôm nay không chỉ cho bản thân mà là cho gia đình, cho những người xung quanh, cho cộng đồng... để ngày mai ra đi không phải hối tiếc, đó mới là cách sống tích cực nhất.

Một trong ba câu chuyện để đời của Steve Jobs cho biết, ông đã đọc được câu nói "Sống mỗi ngày như thể đó là ngày cuối cùng của mình" vào năm 17 tuổi. Việc nhìn nhận rằng, mỗi con người sẽ phải đối diện với cái chết đã có tác động rất lớn với ông, đã giúp ông hoạch định cuộc sống và đưa ra những chọn lựa quan trọng nhất trong cuộc đời mình.

Thật thú vị khi Steve Jobs nói cuộc đời của ông trở nên "sống động kỳ lạ" bằng cách nghĩ đến cái chết của mình mỗi ngày. Việc nhìn đến tận điểm cuối của cuộc đời đã giúp Steve Jobs có cái nhìn toàn cảnh hơn, nhận thức rõ ràng những gì thực sự quan trọng để theo đuổi, bỏ qua những cái gì nhỏ nhặt không cần thiết, và theo đuổi một cách nhiệt huyết nhất những đam mê của mình, tạo ra những chiếc máy làm thay đổi nhân loại trong bốn thập kỷ qua. Là Apple, là Macintosh, là iPod, iPhone, Ipad...

"Vì hầu như mọi thứ - tất cả những kỳ vọng bề ngoài, sự tự hào, nỗi lo sợ bị thất bại hay ngượng ngùng - những thứ đó sẽ biến mất trước mặt cái chết, để lại duy nhất những gì quan trọng", Steve Jobs từng nói.

Một câu châm ngôn khác trong Kinh Thánh cũng rất giá trị với mỗi chúng ta: "Hãy dạy tôi biết đếm các ngày trên đất, hầu cho tôi có lòng khôn ngoan". Chúng ta cần phải để tâm nhận biết rằng quỹ thời gian của chúng ta mỗi ngày sẽ ngắn đi, rằng chúng ta không biết điểm cuối của cuộc đời ở đâu, 10 năm, 20 năm nữa hay chính ngay ngày mai? Chỉ có vậy, chúng ta mới thấy quý trọng mỗi một ngày trôi qua. Thường thì chúng ta có thể rất vui mừng khi ngày hôm nay ta kiếm được rất nhiều tiền, nhưng đến một lúc chúng ta sẽ sẵn sàng chi bất kỳ số tiền nào để níu giữ một ngày sự sống mình trên đất.

Vào giữa năm 2004, Steve Jobs được chẩn đoán mắc ung thư tuyến tụy. Đó là thời điểm mà Steve Jobs gọi là lúc "nhận thức rõ bản thân cận kề với cái chết" lại trở thành một điểm mốc của cuộc đời ông, mang đến một kết nối mới, suy nghĩ tích cực mới về cái chết: "Cái chết dẹp sạch cái cũ để dọn đường cho cái mới".

Ông và Apple sau đó đã tiếp tục làm thay đổi thế giới bằng những cái mới không ngừng được sáng tạo. Năm 2007, Apple gia nhập thị trường điện thoại di động với sản phẩm iPhone có màn hình cảm ứng và chạy trên hệ điều hành. Tháng 1 năm 2010, Apple tung ra chiếc máy tính bảng iPad tạo ra một làn sóng máy tính bảng trên toàn thế giới.

Câu chuyện của Steve Jobs kết thúc với lời khuyên: "Thời gian của các bạn có hạn, vì vậy đừng lãng phí nó để sống cuộc đời của ai khác. Đừng để những ồn ào từ ý kiến của những người khác dìm mất tiếng nói trong chính bạn. Và điều quan trọng nhất, hãy can đảm đi theo trái tim và trực giác của bạn. Chúng biết rõ bạn thực sự muốn trở thành như thế nào. Mọi thứ khác là thứ yếu".

Hạnh phúc là một lựa chọn

Cứ mỗi phút bạn tức giận, buồn bã, thất vọng hay có những cảm xúc tiêu cực... bạn đã để vuột mất 60 giây hạnh phúc của cuộc đời.

Hạnh phúc là sự lựa chọn. Những người hạnh phúc hiểu điều đó và họ chọn hạnh phúc. Những người hạnh phúc không bị hoàn cảnh bắt làm con tin và không tìm kiếm hạnh phúc ở con người hay của cải. Họ biết rằng, khi chúng ta ngừng theo đuổi định nghĩa về một thế giới hạnh phúc, chúng ta sẽ bắt đầu trải nghiệm hạnh phúc từ sâu thẳm bên trong tâm hồn mình.

Nhưng chỉ chọn hạnh phúc thì chưa đủ. Để có trải nghiệm trọn vẹn, chúng ta cần đưa ra quyết định có ý thức để tìm thấy niềm vui trong cuộc sống, từ đó hạnh phúc hơn mỗi ngày. Vậy làm thế nào để tìm thấy niềm vui? Dưới đây là một số chỉ dẫn để bạn có thể chọn hạnh phúc trong ngày hôm nay:

Luôn biết ơn cuộc sống

Những người hạnh phúc thích tập trung vào những khía cạnh tích cực của cuộc sống. Họ luôn biết ơn những điều bé nhỏ, giản dị nhất và thể hiện sự biết ơn bất cứ khi nào có thể.

Luôn mỉm cười

Một nụ cười là một vẻ đẹp tuyệt vời. Nhưng hơn thế nữa, các nghiên cứu cho thấy rằng việc tạo ra một khuôn mặt đầy cảm xúc sẽ ảnh hưởng đến những cảm nhận của bạn về chính mình và cuộc sống. Nó khiến bạn dễ chịu hơn rất nhiều.

Luôn đối xử tốt với mọi người

Mọi người đều tử tế. Nhưng hơn thế nữa, bạn nên đối xử với người khác bằng tất cả sự tôn trọng mà bạn có. Hãy đối xử với mọi người mà bạn đến thăm bằng lòng tốt, sự kiên nhẫn và lòng tốt. Nó mang lại lợi ích cho người nhận. Bạn cũng mang lại sự hài lòng ngày càng tăng với chính mình vì bạn đối xử với bản thân theo cách mà người khác đối xử với bạn.

Tìm kiếm điều tốt đẹp trong nỗi đau của bạn

Cuộc sống này có thể khó khăn. Không có sự trưởng thành nào mà không đau đớn. Tại một thời điểm nào đó - bằng cách nào đó - tất cả chúng ta đều phải đối mặt với nó. Khi bạn làm như vậy, hãy nhắc nhở bản thân một lần nữa rằng thử thách có thể khó khăn, nhưng nó sẽ qua. Và nỗi đau cũng mang lại cho bạn giá trị của hạnh phúc thực sự.

Học cách thay đổi thái độ là điều hết sức khó khăn, nhưng thành quả cuối cùng chúng ta nhận lại vô cùng xứng đáng. Khi chọn cách để hạnh phúc, mọi thứ có xu hướng thuận theo tự nhiên và may mắn dường như luôn bên cạnh chúng ta; và thậm chí nếu mọi thứ không xảy ra theo cách mà bạn mong đợi, thì nếu bạn chọn để hạnh phúc, bạn có thể chấp nhận mọi tình huống bất kể nó là gì và tận hưởng cuộc sống bất chấp nó đối xử với bạn thế nào.

“

Bạn thấy đấy, hạnh phúc là một sự lựa chọn và chính bạn là người quyết định cuộc sống của mình có hạnh phúc hay không. Vậy lựa chọn của bạn là gì?

TƯ DUY MỞ

(tái bản)

NHÀ XUẤT BẢN DÂN TRÍ

Số 9 - Ngõ 26 - Phố Hoàng Cầu - Q. Đống Đa - TP. Hà Nội

VPGD: Số 278 Tôn Đức Thắng, Q. Đống Đa - TP Hà Nội

ĐT: (024). 66860751 - (024). 66860753

Email: nxbdantri@gmail.com

Website: nxbdantri.com.vn

Chịu trách nhiệm xuất bản:

BÙI THỊ HƯƠNG

Chịu trách nhiệm nội dung:

LÊ QUANG KHÔI

Biên tập: Võ Thị Kim Thanh

Sửa bản in: Hà Thy Linh

Vẽ bìa: Thu Hiếu

Trình bày: Vũ Lê Thư

ĐỐI TÁC LIÊN KẾT

CÔNG TY CỔ PHẦN SBOOKS

Địa chỉ: Số 124 đường số 2, Khu dân cư Vạn Phúc,

Phường Hiệp Bình Phước, Tp.Thủ Đức, Tp.HCM.

Hotline: 0968.496.085 - Website: www.sbooks.vn

Facebook: www.facebook.com/Sbooks.vn

In 200.000 cuốn khổ 13x20cm tại Công ty TNHH MTV In Báo Nhân Dân TP. Hồ Chí Minh. Địa chỉ: D20/532P, ấp 4, xã Phong Phú, huyện Bình Chánh, TP. Hồ Chí Minh. Số xác nhận ĐKXB 2546-2024/CXBIPH/6-108/DT cấp ngày 18 tháng 7 năm 2024. Quyết định xuất bản số 2326/ QĐXB-NXBDT cấp ngày 24 tháng 7 năm 2024. Mã ISBN: 978-604-40-4217-6. In xong và nộp lưu chiểu năm 2024.